தேவதையின் மச்சங்கள்

கருநீலம்

தேவதையின் மச்சங்கள்

கருநீலம்

கே.ஆர். மீரா

தமிழில்

மோ. செந்தில்குமார்

எதிர் வெளியீடு

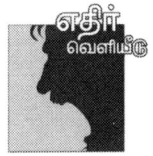

தேவதையின் மச்சங்கள்
கருநீலம்
கே.ஆர். மீரா
தமிழில்: மோ. செந்தில்குமார்

முதல் பதிப்பு: ஜனவரி 2024

இரண்டாம் பதிப்பு: ஜூன் 2025

எதிர் வெளியீடு,
96, நியூ ஸ்கீம் ரோடு, பொள்ளாச்சி – 642 002
தொலைபேசி: 04259 226012, 99425 11302

விலை: ரூ. 150

Tevataiyin maccankal
karunilam
K.R. Meera
Translated by M. Senthilkumar

Copyright © K.R. Meera
Translation Copyright © M. Senthilkumar
First Edition: January 2024
Second Edition: June 2025

Published by
Ethir Veliyeedu, 96, New Scheme Road, Pollachi – 2
email: ethirveliyedu@gmail.com
www.ethirveliyeedu.com

ISBN: 978-81-19576-67-8
Cover Design: Santhosh Narayanan
Printed at Jothy Enterprises, Chennai.

All rights reserved. No part of this book may be reprinted or reproduced or utilised in any form or by any electronic, mechanical or other means, now known or hereafter invented, including photocopying and recording, or in any information storage or retrieval system, without permission in writing from the Publisher.

மோ. செந்தில்குமார்
மொழிபெயர்ப்பாளர்

கோவை, மேட்டுப்பாளையம் அரசு கலை அறிவியல் கல்லூரியில் தமிழ் இணைப்பேராசிரியராகப் பணியாற்றிவரும் மோ. செந்தில்குமார், 'பெயல்' என்ற நேர்மையான ஆய்விதழின் முதன்மை ஆசிரியராக இயங்கிவருகிறார். மலையாளத்தில் ஆகச்சிறந்த படைப்பாகப் போற்றப்படும் கே.ஆர். மீரா அவர்களின் சாகித்திய அகாதெமி விருதுபெற்ற 'ஆராச்சார்' (2022) புதினம் இவரால் மொழிபெயர்க்கப்பட்டு சாகித்திய அகாதெமியால் வெளியிடப்பட்டுள்ளது. மேலும், எதிர் வெளியீடாக கே.ஆர். மீரா அவர்களின் 'கபர்' (2022), 'யூதாஸின் நற்செய்தி' (2023), மீராசாது (2023) ஆகிய புதினங்களைத் தமிழுக்குக் கொண்டுவந்துள்ளார். மலையாளத்திலிருந்து சிறுகதைகள் கவிதைகள் பலவும் இவரால் மொழிபெயர்க்கப்பட்டு இலக்கிய இதழ்களில் வெளிவந்து கொண்டிருக்கின்றன.

இவரது மொழிபெயர்ப்பான 'ஆராச்சார்' நாவலுக்குத் தமிழ்நாடு கலை இலக்கியப் பெருமன்றம் 'அறந்தை நாராயணன் நினைவு மொழிபெயர்ப்பு விருது'ம் (2022), கோவை விஜயா வாசகர் வட்டம் 'கே.எஸ். சுப்பிரமணியன் நினைவு மொழிபெயர்ப்பு விருது'ம் (2023), நல்லி சில்க்ஸ் நிறுவனம், திசை எட்டும் மொழியாக்க இதழ் இணைந்து 'நல்லி திசை எட்டும் மொழியாக்க விருது'ம் (2023) வழங்கிச் சிறப்பித்துள்ளன.

உள்ளே...

மொழிபெயர்ப்பாளர் முன்னுரை	07
தேவதையின் மச்சங்கள்	11
கருநீலம்	45
மதிப்புரை	77

மொழிபெயர்ப்பாளர் முன்னுரை

கருநீலம் - எத்தனை பெருங்காதல். பெருங்காமம். உயிரை உருக்கும் பெருந்தவிப்பு. பெண்ணுக்குள் பொங்கிவரும் இந்தப் பேரலையில் எந்தவொரு ஆணும் கரைந்து காணாமல் போய்விடுவான். ஆண் பார்வையிலேயே உரையாடப்பட்டுக் கெட்டிதட்டிப் போயுள்ள ஒரு சமூகத்தில் இப்படியானதொரு காதல் உணர்வை எந்த ஆணால் உணர்ந்துகொள்ள முடியும் என்று கேட்கத் தோன்றுகிறது. நுணுக்கி நுணுக்கி இண்டு இடுக்குகளிலெல்லாம் காதலின் வலியை, தவிப்பை, தகிக்கும் வெப்பப் பெருமூச்சை சொற்களுக்குள் தேக்கி வைக்கும் எழுத்து நுட்பம் திக்குமுக்காடச் செய்துவிடுகிறது. பதிவிரதைத்துவத்தின் தலையைப் பிடித்து உலுக்கி, இயற்கையான உணர்வுகளைத் தன்னை அறியாமல் கிளர்ந்தெழச் செய்யும் இயற்கையின் உந்துசக்தியை இவ்வளவு கலைநேர்த்தியாக எழுத முடிகிறதே.

பண்பாட்டுச் சட்டகத்துக்குள் வெறும் துய்ப்பு உடலாக அடைத்துவைக்கப்பட்ட பெண்ணின் உணர்வுகள் பொங்கிப் பிரவகித்தால் என்ன ஆகும்? இந்த உலகமே அதிர்ந்துபோகாதா? ஆணாதிக்கப் பண்பாட்டு இரும்புக் கோட்டையை உருக்கி அழிக்கும் எந்த அணுகுண்டையும் விடப் பயங்கரமானது உக்கிரமான காதல் என்று எழுதும்போதே சொற்களில் வெப்பம் தகிக்கிறது. வாசிக்க வாசிக்க நம்மையறியாமல் இந்தப் பண்பாட்டு இரும்புக் கோட்டையைத் தகர்த்துக்கொண்டு எழுத்தின் புயற்காற்றில் அடையாளமற்று அழித்துக்கொள்கிறோம்.

எல்லாருடைய மனங்களுக்குள்ளும் உடலால் அல்லாமல் உயிரால் முத்தமிடும் தருணங்களுக்காக ஏங்கி அழும் ஒரு தவிப்பான முனகல் ஒலியைக் கேட்காமல் இருக்கமுடியாது. ஒருவரையொருவர் கொன்று அழித்து இரண்டறக் கலந்துவிடும் காதலும் காமமும்தான் பிறப்பின் விடுதலை என்பதை கே.ஆர். மீரா அற்புதமாக எழுதிக்காட்டிவிட்டார்.

பிறவிதோறும் தொடரும் உறவுச் சங்கிலி எல்லாவிதமான பண்பாட்டுத் தடைகளையும் கடந்து இருவேறு துருவங்களில் வாழும் உயிர்களைச் சேர்த்து வைக்கிறது என்ற கருத்துச் சரட்டில் இந்த வாழ்வனுபவம் மிகக் கவனமாகக் கட்டப்பட்டுள்ளது. ஒருபுறம் புராணத்தன்மையையும் இன்னொருபுறம் நிகழ்கால வாழ்வின் போதாமைப் பெருமூச்சையும் இணைத்துக்கொண்டு இந்தக் குறுநாவலுக்குள் ஒரு கதை பயணிக்கிறது. வாசகருக்கு முன்கூட்டியே எச்சரிக்கை செய்துவிட்டுத் தொடங்கும் கதையில் வரலாற்றில் எக்காலத்தும் உரையாடப்படாத நுண்ணிய மனித அனுபவங்கள் விரிகின்றன. துறவுக்கும் - லௌகிகத்துக்கும் இடையேயான தொலைதூரங்களைக் கடக்க முடிவதையும் இரண்டு நிலைகளையும் இருவரும் துறந்து இணையும் காதல் மோக ஞானத்தையும் என்னவென்று சொல்வது?

நெருங்கமுடியாத தொலைவுகளே காதலின் இருப்பும் ஈர்ப்புமாக இருப்பதை ஒரு பேரனுபவமாக்கிவிடுகிறது கே.ஆர். மீராவின் கருநீலம். வாசிப்புக்கு பிறகு ஏற்படும் மன உணர்வுகள் மிக முக்கியமானவை. அது ஒவ்வொருவருக்கும் மிக நுண்ணிய நிலையில் அனுபவமாகிறது. அந்த அனுபவத்தைத் திரும்பவும் கருநீலத்தை வாசிப்பதன் மூலமே உணர்ந்துகொள்ள முடியும். கருநீலம் நம் உடலையும் உயிரையும் நீலம்பாயச் செய்துவிடும் பேரனுபவம்.

***

தேவதையின் மச்சங்கள் - ஆயிரம் பக்கங்களில் விவரிக்க முடியாத கண்ணீரின் கொடுந்துயரைச் சில சொற்களில் குத்திக் கிழித்துக் குடல் தள்ளி ரத்தவெள்ளத்தில் மிதக்கவிட்டுவிடும் கொடிய எழுத்தாளர் கே. ஆர். மீரா. 'கொடிய' என்ற சொல்லின் அகராதி கடந்த மறைபொருண்மையை ஒவ்வொரு வாசகரும் வாசிப்பில் உணர்வார். 'இன்னும் கொடிய' என்று தம்மையறியாமல் சொல்லக்கூடும். அவ்வளவு கொடிய எழுத்து இது. எழுதியுள்ள

ஒவ்வொரு சொல்லும் இந்தக் கொடுந்துயரத்தில் நனைந்து மூங்கிச் செத்துக் கிடக்கின்றன. நாம் வாசிக்கும்போதுதான் வாசகரின் அரவணைப்பில் சற்றே நம்மோடு உரையாடித் தம்மைச் சமாதானப்படுத்திக்கொள்கின்றன. அப்படியான ஒரு துயரத்தை வாசகரிடம் இந்தக் கதை பகிர்ந்துகொள்கிறது.

பிஞ்சுகளின் துயரம். அதிலும் பெண் பிஞ்சுகள். எவ்வளவு முன்னேறினாலும் பாலதிகாரமும் சுரண்டலும் ஒடுக்கலும் நிறைந்த இந்தச் சமூகத்தில் பெண் பிஞ்சுகளின் வலி கொடியது. வானளவு விரிந்த ஒற்றை உலகம் கண் முன்னால் காணாமல் போனதில் அனாதைகளாகிப்போன துயரம். மூத்தவளிடம் இளையவள் ஒட்டிக்கொள்கிறாள். மூத்தவளால் எங்கே ஒட்ட முடியும்? அப்படியான சிறுமிகளின் பொட்டலாகிப்போன கனவுலகம்.

ஏஞ்சலாக்களின் துயரங்களால் இந்த உலகம் வெம்பிக் கிடக்கின்றது. காமத்தாலும் உடலாலும் இந்த உலகம் சீரழிந்து கிடக்கிறது. எங்கும் நிறைவின்மையின் வெளிப்பாடு. தாங்கமுடியாத அழகை வீழ்த்தத் துடிக்கும் ஆணியக் குரூரம் ஒருபக்கம். எங்கே நம்மை உடலும் மனமுமாக நேசிக்கும் ஒரு மனிதனைப் பார்க்கமாட்டோமா என்று தவிக்கும் கண்கள் ஒருபக்கம். சூழ்நிலைகளைத் தமதாக்கி உடல் பசி தீர்த்துக்கொள்ளும் காமாந்தகர்களின் கூடாரம் இந்த உலகம். இந்தப் பண்பாட்டால் நிறைவு செய்யமுடியாத பெரு வெறியாக உலவும் உடற்பசிக்கு இந்த உலகம் எத்தனை உயிர்களைக் காவு கொடுக்கும்? எத்தனை பிள்ளைகளை அநாதைகளாக்கும்? இந்தக் கதை, பெருமிதமாக உயர்த்திப் பிடிக்கும் பண்பாட்டின் படுதோல்வியை அதிர்ச்சியூட்டும்படியாகத் திறந்து காட்டுகின்றது. பண்பாடே ஒரு புனைவுதானே. அது ஒரு வெளிவேடம். உள்ளே குள்ளநரிகள் ஒளிந்திருக்கும் பகல்வேடம். அதனால் மனித உணர்வுகளை ஏற்க முடியாது. அதற்கு அதன் மேட்டிமையே முக்கியம். அதைத் தாங்கிப் பிடிக்கவும் அதற்குத் துதிபாடவும் மூளை செத்த ஒரு கூட்டம் எப்போதும் உலவிக்கொண்டிருக்கும் உலகம்தானே இது.

ஏஞ்சலா - அந்தப் பெண்ணுக்குள் இருக்கும் பெருந்தன்மை, மனிதம், இன்னொருவரின் இயலாமையின்மீது இருக்கும் கரிசனம், பரிதாபத்துக்குரிய ஆணை ஏற்றுக்கொள்ளும் பக்குவம் என நாகரிக வேடதாரிகள் எவருக்கும் இல்லாத பெருந்தன்மையின் இருப்பிடம். அத்தகைய ஏஞ்சலாக்களையும் அவர்களின் உடல்களையும் தின்று ஒருபோதும் பசியாறாத கொடுங்காமத்தை உட்புதைத்து

வைத்துக்கொண்டு நாகரிக நாடகமாடும் ஒரு சமூகத்திற்கு இந்தக் கதை ஒரு சாட்டையடி.

எழுத்தின் ஒவ்வொரு அசைவிலும் உள்ளோடும் அர்த்தங்களால் திகைக்கச் செய்யும் எழுத்துவன்மையைச் சுட்டிக் காட்டாமல் கடந்து சென்றால் அது எழுத்தாளருக்குச் செய்யும் துரோகம் ஆகிவிடும். அப்படியொரு எழுத்து. ஆண் உலகத்தின்மீதான ஒருவித நையாண்டியும் எள்ளலும் தூக்கலாக வெளிப்படும் எழுத்தில் நிறைந்திருக்கும் மறுக்க முடியாத மெய்மைகள் நம் மனதை நேற்றிலிருந்து மீட்டுப் புதிய ஒன்றாக ஆக்கிவிடுகின்றன. எவருடைய வாழ்க்கையையும் கீழாகப் பார்க்கும் நம்முள் இருக்கும் சமூகப் பொதுப்புத்தியை உடைத்து நொறுக்கிவிட்டுக் கடந்து செல்லாமல் நம்முள் தங்கிவிடும் பேரனுபவங்கள் கருநீலமும் தேவதையின் மச்சங்களும்.

இக்குறுநாவல்களை மொழிபெயர்க்க வாய்ப்பளித்த மலையாளத்தின் ஆகச்சிறந்த எழுத்தாளர் கே.ஆர். மீரா அவர்களுக்கும் மொழிபெயர்ப்பை வெளியிடும் எதிர் வெளியீட்டு நிறுவனத்துக்கும் எனது நன்றியும் அன்பும்.

இந்தப் பணியில் எனக்குப் பலவகையிலும் உதவியாக இருந்த அன்புநிறை பேராசிரியர்கள் ப. விமலா, செ.மு. நஸீமா பர்வீன் ஆகியோரும் தோழமை நிறைந்த எழுத்தாளரும் மொழிபெயர்ப்பாளருமான அரவிந்த் வடசேரி அவர்களும் தமிழை மலையாளத்துக்குக் கொண்டு செல்லும் பாசமிகு மொழிபெயர்ப்பாளர் கே.எஸ். வெங்கடாசலம் அவர்களும் நன்றிக்கு உரியவர்கள்.

தூண்டல் இன்றி எதுவும் சுடர்விடாது. ஓயாது என்னைத் தூண்டி எரியவிடும் என் மகன் அன்புத் தோழன் செ. தருண்குமாருக்கு என் அன்பு.

மோ. செந்தில்குமார்
01.01.2024
90420 33413

தேவதையின் மச்சங்கள்

ஒன்று

குழந்தைகளின் கண் முன்பாகவே ஏஞ்சலா கொல்லப்பட்டாள். கொன்றது அவளுடைய கணவனேதான். வெளுத்துப் பளபளக்கும் வயிற்றில் அவன் கத்தியைக் கைப்பிடி வரைக்கும் செருகி உருவியெடுத்து மீண்டும் செருகினான். ரத்தம் பீறிட்டுத் தெறித்தது. உடல் பாம்புபோல் நெளிந்தது. மயிர்க்கால்கள் சிலிர்த்துக்கொண்டன. வியர்த்துக்கொட்டியது. கண்கள் நிலைகுத்தின. சற்றே முனகினாள். பார்த்துக்கொண்டிருக்கும்போதே அவளுடைய கண்கள் அணைந்து அணைந்து போயின. அவள் அசைவற்று அமைதியானாள். நிரந்தர உறக்கத்தில் ஆழ்ந்தாள்.

இறந்துவிட்டாள் என்பது உறுதியானதும் கொலைகாரன் குழந்தைகளை நோக்கித் திரும்பினான். அவர்கள் பயந்து நடுங்கினார்கள். ஒருவரோடு ஒருவர் ஒட்டிக்கொண்டனர். இளையவளை அவன் வெறுப்போடு பார்த்தான். அவள் அவனுடைய ரத்தமில்லை. மூத்தவளை அவன் கனிவோடு பார்த்தான். அவள் அவனுடைய ரத்தம். பெருமூச்சு விட்டபடி சுவடுகளை அழுத்தமாக வைத்து அவன் வெளியேறினான். வெளியே மங்கிய பகல் இழுத்துப் போர்த்திய மழையின் மெல்லிய கூரைப்புடவையில் அவளது ரத்தக்கறை படிந்தது. உறையச்செய்யும் ரத்தவாடை அறையெங்கும் நிறைந்தது. கரிய மழை மேகம் போன்று பயம் அறைக்குள் இருளையும் குளிரையும் பரப்பியது. தனிமைப்பட்டுவிட்டோம் என்பதும் அம்மா இனி எழப்போவதில்லை என்பதும் உறுதியானபோது குழந்தைகள் முதலாவது அதிர்ச்சியிலிருந்து விடுபட்டுக் கதறி அழுதனர். கொல்லப்பட்ட தாயின் அநாதைக் குழந்தைகள். அவர்கள் அவளது சிவந்த உடலைக்

கட்டித்தழுவிக்கொண்டனர். அவர்களுடைய குழந்தை உடல்களில் தாயின் ரத்தம் வடிந்தது. அவர்களும் வலியால் துடித்தனர். தாயின் ரத்தம் பிஞ்சுப் பாதங்களில் பயங்கரமாக ஒட்டிக்கொண்டது.

எட்டுவயதுக்காரியான மூத்தவள் ஆன்தான் நரேந்திரனுக்கு விவரத்தைத் தெரிவித்தாள். கடன் வழக்கில் கிடைப்பதற்குச் சாத்தியமுள்ள தண்டனையைக் குறித்தும் மேல் முறையீடு செய்வதற்கான சாத்தியப்பாடுகளைக் குறித்தும் விவரித்த வக்கீலின் முன்னால் உட்கார்ந்திருந்த அவன் வியர்த்துக்கொண்டிருந்தான். இரண்டு பக்கமும் அடைபட்ட சுரங்கப்பாதையில் இருந்து வருவதுபோன்று 'அங்கிள், எங்க அப்பா அம்மாவ கொன்னுட்டாங்க' என்ற தீனமான அழுகையைக் கேட்டபோது அவனால் காதுகளை நம்பமுடியவில்லை. அவனுக்குத் தலை சுற்றியது.

"என்னாச்சு நரேந்திரன்?"

வக்கீல் கேட்டார். நரேந்திரன் உமிழ்நீரை விழுங்கினான். தன்னுடைய முன்னாள் ஊழியர் ஒருத்தி இறந்துவிட்டாள் என்று நடுங்கும் குரலில் தெரிவித்தான். வக்கீல் இரங்கல் தெரிவித்தார். வெளியே நடக்கும்போது ரத்தத்தை மிதித்தது போன்று நரேந்திரனின் பாதங்களும் தரையில் ஒட்டிக்கொண்டன. வெளியே அவனது மூடிப்போன விளம்பர நிறுவனத்தின் காப்பிரைட்டர் ஜெயமோகனும் வேறு சில ஊழியர்களும் காத்துக்கொண்டிருந்தனர். அவன் ஜெயமோகனின் தோளில் சாய்ந்தான்.

"ஏஞ்சலா செத்துட்டா..."

ஜெயமோகனும் நடுங்கினார். அவரும் சிறிது நேரம் உறைந்துபோனார். பின்னர் பெருமூச்சுவிட்டார். சிறிது நேரம் கழித்து அவர் மற்றவர்களுக்கும் செய்தியைத் தெரிவித்தார். கேட்டவரெல்லாம் மௌனமானார்கள். பெருமூச்சு விட்டார்கள்.

இரண்டு

வானம் கூலிக்கொலைகாரனைப் போன்று தாரைப் பூசிக்கொண்டு சமயம் பார்த்துக் காத்திருந்த பகலாக இருந்தது அது.

அரை நாள் விடுப்பு எழுதிக் கொடுத்துவிட்டு, பன்னிரண்டரை மணிக்கு ஏஞ்சலா அலுவலகத்திலிருந்து புறப்பட்டாள். கைனெடிக் ஹோண்டாவில் பள்ளிக்கூடத்தை அடைந்தாள். முதல்வரின் அனுமதி பெற்றுக் குழந்தைகளை வகுப்பிலிருந்து அழைத்தாள். வெள்ளிக்கிழமைக்கான வெள்ளைச் சீருடை அணிந்த பிள்ளைகள் பள்ளித் தாழ்வாரத்தின் மறுகோடியில் இருந்து மகிழ்ச்சியில் திளைக்கும் கண்களோடு ஓடிவந்தனர். இடது கன்னத்தில் நீல மழைத்துளிபோன்று மச்சம் உள்ளவளான அக்காவின் கையை விட்டுவிட்டுப் புத்தகப் பையைத் தோளில் போட்டுக்கொண்டு, காளான் வடிவில் வெட்டப்பட்ட முடியை அசைத்துக்கொண்டு, மூக்கின் வலதுபக்கம் நட்சத்திரம் போன்று மச்சம் உள்ள இளையவளும் பின்னாலேயே மூத்தவளும் ஏஞ்சலாவின் இருபுறமும் இரண்டு வெள்ளைச் சிறகுகளாக ஒட்டிக்கொண்டனர். ஏஞ்சலா சிறகுகளைச் சேர்த்தணைத்து மலர்ந்து சிரித்தாள்.

தாயும் பிள்ளைகளும் சிரித்து ரசித்துச் சிறகடித்துக்கொண்டு பள்ளி வாயிலைக் கடந்தனர். குளிர்ந்த காற்று வீசிக்கொண்டிருந்தது. மூத்தவள் ஆன், ஸ்கூட்டரின் பின்புறம் கால்களை இருபுறமும் தொங்கவிட்டபடி தாயைக் கட்டிப்பிடித்து உட்கார்ந்தாள். இளையவள் ஐரின் முன்னால் விண்ட் ஷீல்டைப் பிடித்துக்கொண்டு நின்றாள். காலையில் நடந்த அசெம்பிளியில் ஹேப்பி

பார்த்டே பாடலை பாப்பா சேர்ந்து பாடியதை அக்கா கேலி செய்தாள். சிறிதே ஈரமுள்ள காற்றை அனுபவித்துக்கொண்டு நின்ற பாப்பா அழகானதொரு வெட்கத்தோடு 'நான் மறந்துபோய்ட்டேன் மம்மீ' என்று ஒப்புக்கொண்டாள். ஏஞ்சலா வாய்விட்டுச் சிரித்தாள். இடையே பாசத்தை அடக்க முடியாமல் முகம் தாழ்த்தி ஐரினின் நெற்றியில் முத்தமிட்டாள். முன்பு தான் பள்ளிநாள் விழாவில் திரைச்சீலை உயர்த்தப்பட்டதை அறியாமல் பின்னால் நின்ற குழந்தையுடன் பேசிக்கொண்டிருந்த கதையைச் சொல்லி இருவரையும் சிரிக்கவைத்தாள். இருண்ட வானம் அழகானதொரு மின்னல் மந்திரக்கோலை வீசியது. நகரப் பேருந்துக்குக் காத்திருப்போருக்கும் கடைகளின் முன்னால் நிற்பவர்களுக்கும் முன்னால் சிரிப்புகளின் மணிகளை உதிர்த்துக்கொண்டு தாயும் பிள்ளைகளும் நகரத்தில் இருக்கும் பிரியாணி ஹௌஸ்க்குப் போனார்கள்.

குளிர்சாதன உணவகத்துக்குள் குழந்தைகளுக்குப் பின்னால் ஏஞ்சலா நுழைந்தபோது அங்கே வெளிச்சம் நிறைந்தது. உணவு உண்டுகொண்டிருந்த ஆண்களின் கண்கள் அவள்மீது ஒட்டிக்கொண்டன. முப்பது வயதின் மாய உடல். கூர்மையான பழுப்புநிறக் கண்கள். உயர்ந்த கூரான மூக்கு. சிரிக்கும்போது முழுதாய் மலர்கின்ற உதடுகள். ஆண்கள் மோக மயக்கத்தில் ஆழ்ந்தனர்.

அப்போதுதான் நரேந்திரன் அழைத்தான். அவனுடைய குரலில் உற்சாகம் நிறைந்திருந்தது.

"அம்மாவும் புள்ளைங்களும் எஞ்சாய் பண்றீங்க போல?"

"ஆமாம், பிரியாணி ஹௌஸ்ல. இங்க வாரீங்களா?"

புன்னகையில் அவளது கண்கள் கூம்பின.

"இப்ப இல்ல... சாயந்திரம் கேக் கட் பண்ணற நேரத்துக்கு நான் வருவேன். பிறந்தநாள்காரி எங்கே?"

ஏஞ்சலா ஃபோனை ஐரின் கையில் கொடுத்தாள். ஓ.கே. அங்கிள், தேங்க்யூ, அக்கா இங்கேதான் இருக்கிறாள் என்றெல்லாம் அவள் கொஞ்சினாள். ஏஞ்சலா அவளையும் ஆனையும் மனநிறைவோடு பார்த்தாள். 'அங்கிள் என்ன சொன்னாங்க?' ஃபோனைத் திருப்பி வாங்கும்போது அவள் பிரியத்துடன் கேட்டாள்.

“அம்மாகிட்டச் சொல்லி ஒரு ஃபெய்ரி குயின் (தேவதை ராணி ஆடை) வாங்கிக்க... அம்மா வாங்கித் தருவீங்களா?”

ஐரினின் மூக்கு நுனியின் வலது பக்கத்தில் இருக்கும் மச்சத்தை விரலால் தொட்டுக்கொண்டு ஏஞ்சலா அழகாக முணுமுணுத்தாள்.

“உம்...”

பின்னர் அவள் எதிரில் உட்கார்ந்திருந்த ஆனைப் பார்த்தாள்.

“தங்கத்துக்கு என்ன வேணும்?”

“ஸ்ட்ராபெரி மில்க் ஷேக்...”

“ஓ, இந்த அக்காவோட ஒரு கேவலமான ஷேக்!”

“பாப்பாவோட ஒரு கேவலமான ஃபெய்ரி குயின்.”

அவர்கள் இப்படிச் சிரித்து விளையாடிக்கொண்டு உணவு உண்டனர். ஐரினுடன் பகை கொண்டவனான ஜோசப்புக்கு அவள் ஒரு மிட்டாய் மட்டுமே பிறந்தநாளுக்குக் கொடுத்தாள் என்று ஆன் குற்றம்சாட்டினாள். ‘சரியா’ என்று ஏஞ்சலா கண்களை உருட்டினாள். இனிச் செய்யமாட்டேன் என்று ஐரின் தலை குனிந்தாள்.

“அப்படிச் செஞ்சது சரியில்லை. இருந்தாலும் மம்மி இந்தத்தடவ மன்னிச்சுட்டேன்.”

“அடுத்த ஹேப்பி பர்த்டேக்கு எல்லாருக்கும் மில்க்கி பார் கொடுக்கணும்...”

“ஜீசஸ்! எல்லாருக்கும் மில்க்கி பார் வாங்கிக் கொடுத்தா என் சம்பளத்துல அப்புறம் என்ன இருக்கும்?”

“அங்கிள் பிராமிஸ் பண்ணிருக்காரு, மம்மீ...”

“அப்படீன்னா நீ அங்கிள்கிட்ட வாங்கிக்கோ...”

“அடுத்த ஹேப்பி பர்த்டேக்கு அம்மா எனக்கு ரெட் ஃபிரில் வச்ச ஸாட்டின் உடுப்பு வாங்கித்தரணும்.”

“ஓ...”

“ரெட் ரிப்பணும்...”

“அத நீ எங்க கட்டிக்குவே?”

ஆன் கிண்டலடித்தாள். அப்போது ஐரினின் பிஞ்சு முகம் சுருங்கியது.

“மம்மீ, என்னோட முடிய இனி வெட்டாதீங்க...”

ஏஞ்சலா சிரித்தாள்.

“கொஞ்சநாள் ஆகட்டும், அதுக்கப்புறம் வளர்க்கலாம்...”

“எப்போ?”

“ம்ம்ம்...! தேட் ஸ்டேண்டேர்டுக்குப் போகும்போது...”

“பிராமிஸ்?”

“பிராமிஸ்?”

“மம்மி வாக்கு மாறிடாதீங்க...”

பில்லுக்காகக் காத்திருக்கும்போது ஐரின் ஒரு நாய்க்குட்டியைப் போன்று அம்மாவின் தோளில் சாய்ந்தாள். ஏஞ்சலா அவளைச் சேர்த்தணைத்தாள். ஐரின் தாயின் மென்மையான மார்பில் ஒட்டிக்கொண்டாள்.

அப்போதுதான் ஒரு நடுத்தர வயதுக்காரன் அவர்களின் அருகில் வந்தான்.

“என்னைத் தெரியுமா?”

அவனுடைய கண்கள் இருட்டில் ஆண் பூனையின் கண்களைப் போன்று பித்தளை நிறத்தில் பளபளத்தது.

“அலெக்சாண்டரோட பொண்டாட்டிதானே?”

“அப்படிப் பலபேருக்குப் பொண்டாட்டி.”

நடுத்தர வயதுக்காரன் உற்சாகமடைந்தான்.

“பிரிஞ்சுட்டீங்கன்னு கேள்விப்பட்டேன்.”

அவன் நாக்கை நீட்டி உதட்டை நனைத்தான்.

“இது யாரு புள்ளைங்க?”

பதில் சொல்வதற்கு ஏஞ்சலா நேரம் எடுத்துக்கொண்டாள்.

"என் புள்ளைங்க."

அவன் ஐரினின் இளஞ்சிவப்பான முகத்தைப் பார்த்துச் சிரித்தான்.

"அலெக்சாண்டர கைவிட்டு நாலஞ்சு வருசம் ஆச்சில்லையா?"

"உம்..."

"அப்ப இந்தக் குழந்தை?"

"அலெக்சாண்டருக்கு மட்டும் இல்லையல்லவா குழந்தை கொடுக்கிற தெம்பு?"

புன்னகையில் அவளுடைய உதடுகள் மலர்ந்தன. அவன் அடிவாங்கிய பாம்பைப் போன்று நெளிந்தான். பகையோடு பார்த்தான்.

"அலெக்சாண்டர் வெளிய வந்துட்டான்... தெரியுமா?"

அவள் மீண்டும் சிரித்தாள். உதடுகள் அவனைக் கடுப்பேற்றி மீண்டும் மலர்ந்தன. தன்னுடைய மரணத்தைப் பற்றி மறைபொருளாகவேனும் ஏஞ்சலாவுக்குக் கிடைத்த ஒரே அறிகுறி அதுவாக இருந்தது. இடையே ஏஞ்சலா ஆனின் முகத்தைப் பார்த்தாள். இடது கன்னத்தில் நீல மழைத்துளி ஒட்டிய முகம். சில மணிநேரத்துக்குப் பிறகு கொல்லப்படுவதற்குச் சற்று முன்பு அலெக்சாண்டரை நேருக்கு நேர் சந்தித்தபோது ஏஞ்சலா சட்டென நினைவுகொண்டது ஆனின் முகத்தில் இருக்கும் அந்த மச்சத்தைத்தான்.

அந்தச் சமயத்தில் சர்வர் பில் கொண்டுவந்தார்.

"நான் கொடுக்கறேன்."

நடுத்தர வயதுக்காரன் அதை எடுக்க முயன்றான். ஏஞ்சலா பரிகாசத்தோடு தடுத்தாள்.

"வேண்டாம்... எனக்கு வேண்டிய அளவுக்கு வருமானம் இருக்குது."

பின்னர் அவர்கள் வீட்டுக்குப் புறப்பட்டனர். அவளது ஆடியசைந்த நடையில் வைத்த கண் வாங்காத அவன் அதற்கப்புறமும் அங்கேயே நின்றிருப்பானாக இருக்கும். அவள் பார்க்கவில்லை. நகரத்துக்குள் ஸ்கூட்டரை ஓட்டிக்கொண்டிருந்தபோது மழைமேகத்திற்கிடையில் மின்னல் வெட்டுவாயைத் தீட்டியது. பேக்கரியை அடைந்து முன்பே ஆர்டர் செய்த 'ஹேப்பி பார்த்டே ஐரின்' என்று

வெள்ளை ஐஸிங்கில் எழுதிய பிங்க் கேக்கை வாங்கினாள். ஐரினையும் பின்னால் உட்காரவைத்து கேக்கைத் தனது காலடியில் பாதுகாப்பாக வைத்துக்கொண்டு அவள் வீட்டை நோக்கிக் கவனமாக வண்டியை ஓட்டினாள்.

வைற்றில்லாவில் இருக்கும் ஒரு வீட்டின் மேல் தளத்தில் அவர்கள் வசித்தனர். உள்ளே சென்று கேக்கை மேசைமேலும் புத்தகப் பைகளைக் குழந்தைகளின் படிப்பறையிலும் வைத்தபோதுதான் நரேந்திரன் மீண்டும் அழைத்தான்.

“ஏஞ்சலா, நான் வாரதுக்குக் கொஞ்சம் நேரமாகும். சில பிரச்சனைகள் இருக்கு...”

“சீரியஸா?”

“கொஞ்சம். கேஸ் தீர்ப்பு நாளைக்கு வரலாம்.”

அவளுடைய முகம் மங்கியது.

“கவலைப்படாம இரு... எல்லாம் சரியாயிடும்.”

“அதெல்லாம் கிடக்கட்டும். கேக் ரெடியாயிடிச்சில்லயா?”

“கேக்கும் ரெடி, கத்தியும் ரெடி, முதல் துண்ட வாங்கிக்கறதுக்கான ஆள் மட்டும் வந்தால் போதும்.”

அவளும் அவனும் சிரித்தனர்.

“சாகாம இருந்தா வருவேன். அடுத்த தடவ என்னால வரமுடியாம போயிட்டா?”

தனது வழக்கின் தீர்ப்பு விபரீதமாகும் என்று கிட்டத்தட்ட உறுதியாகிவிட்டதால்தான் அவன் அப்படிச் சொன்னான். இருந்தாலும் ஏஞ்சலா கொல்லப்பட்டபோது அது பலித்தது. கேக் வெட்டுவதற்கு அவன் வருவதற்கு முன்பே அவள் மரணித்தாள். அதை வெட்டுவதற்காக அவள் தயார் செய்து வைத்திருந்த கத்தியேதான் அவளுடைய வயிற்றைத் துளைத்தது. அந்த கேக் அடுத்த நாள் அவளது இறுதிச்சடங்கு முடியும் வரைக்கும் உணவு மேசையில் திறந்துகிடந்தது. வீட்டைப் பூட்டுவதற்காக உள்ளே சென்றபோது கேக்கில் ‘ஹேப்பி பர்த்டே ஐரின்’ என்று எழுதிய வெள்ளை ஐஸிங்கின் மேல் கருத்த முத்துக்களைப்போல ஏதோ பளபளத்தது. தொட்டபோது அது அவனுடைய கையில்

கெட்டியாக ஒட்டிக்கொண்டது. அது ஏஞ்சலாவின் ரத்தம். ஐரின் அவனுடைய ரத்தம். அவளுடைய ரத்தம் அவனுடைய ரத்தத்தின்மேல் கருத்த மச்சங்களாக ஒட்டிக்கிடந்தது.

ஜெயமோகனின் வீட்டில் தூங்கிக்கொண்டிருந்த குழந்தைகளுக்கு அருகில் உறக்கம் வராதிருக்கும்போது அவன் ஐரினின் பிஞ்சு மூக்கிற்கு வலதுபக்கம் இருக்கும் அழகான மச்சத்தை அழிப்பதற்கு ஆசைப்பட்டான்.

மூன்று

“மம்மி இனி எப்பவும் வரமாட்டாங்களா அக்கா?”

கல்லறைக்குச் செல்லும் பயணத்தில் பின் இருக்கையில் ஆனோடு ஒட்டி உட்கார்ந்துகொண்டு இடறிய குரலில் ஐரின் கேட்டாள். வண்டி ஓட்டிக்கொண்டு ஜெயமோகன் தலையைத் திருப்பி அவனைப் பார்த்தார். அவனுடைய இதயம் மட்டுமீறித் துடித்தது.

“ஊஹூம்...”

ஆன் தாழ்ந்த குரலில் சொன்னாள்:

“ஹேப்பி பர்த்டேக்கும் வரமாட்டாங்களா?”

“ஊஹூம்.”

“அப்படின்னா இனி எப்பவும் கேக் வெட்டமாட்டமா.”

ஆனின் அழுது வீங்கிய பிஞ்சுக் கண்கள் மீண்டும் நிறைந்து வடிந்தன. அவள் தங்கையைச் சேர்த்தணைத்தபோது நரேந்திரனின் இதயம் விம்மியது.

ஏஞ்சலாவோடு சேர்ந்து உறங்கிய முதல்நாள் இரவை அவன் நினைத்தான். அவள் வேலைக்குச் சேர்ந்ததிலிருந்து இருக்கும் ஆசை. அவனுடைய விளம்பரக் கம்பெனியில் ரிஸெப்ஷனிஸ்ட் வாக் இன் இண்டர்வியூவிற்கு வந்தபோதுதான் அவர்கள் சந்தித்துக்கொண்டனர். அன்று அவளுக்கு இருபத்தைந்து வயது. இருந்தாலும் முகத்தில் நாற்பத்தைந்தின் உறுதி இருந்தது. அரவ எழில். காம மயக்கத்தை உண்டாக்கக்கூடியது.

"மூணு மாசம் பார்க்கலாம். அதுக்கப்புறம் நிரந்தரமாக்கறேன்."

அவன் இயன்றவரை மரியாதை பாவனையோடு சொன்னான். அவளுடைய கூர்மையான பழுப்புநிறக் கண்கள் அவனது இதயத்தில் பாய்ந்தது.

"எனக்கு இந்த வேலை வேணும். அதுக்கான விலை என்னவா இருந்தாலும்..."

அவனுடைய மூச்சு நின்றுபோனது.

"என்ன விலை?"

அவள் நிமிர்ந்து உட்கார்ந்தாள்.

"நாலு வருசம் காதலிச்சு, ஓடிப்போயி கல்யாணம் கட்டிக்கிட்டவன் கஷ்டகாலம் வந்தப்ப நண்பனுக்குக் கூட்டிக்கொடுத்த பொம்பளை நான். என் முன்னாடி நடிக்காதீங்க."

அவன் உமிழ்நீரை விழுங்கினான்.

"நான் கல்யாணமானவன்."

அவனுடைய குரல் பரிதாபமாக இருந்தது.

"நானும்."

அவளுடைய உதடுகள் மனப்பூர்வமான புன்னகையில் மலர்ந்தன. அவள் ஒரு தூரத்து உறவுக்காரருடன் தங்கியிருந்தாள். அவர் அவளுக்கு வேலை கொடுத்தார். வாடகை வீடு ஏற்பாடு செய்தார். அன்று நான்கு வயதாகியிருந்த ஆனை நகரத்தில் உள்ள நல்ல பள்ளிக்கூடத்தில் சேர்ப்பதற்கு ஏற்பாடு செய்தார். அவளை முதன்முதலாக அடைந்த நாளை அவன் நினைத்தான். வெளியூர் பயணம் இருப்பதாக சுனிதாவிடம் பொய் சொல்லிவிட்டுச் சிறிய பிரீஃப்கேஸில் ஓர் இரவுக்கான ஆடைகளுடன் அவளுடைய வீட்டை அடைந்தான். இளஞ்சிவப்பு நைட்டி அணிந்திருந்த அவள் குழந்தைக்கு உணவு கொடுத்துக்கொண்டிருந்தாள். பட்டுப் போன்று பளபளக்கும் முடியை வெறுமனே வாரியெடுத்து உச்சியில் கட்டி வைத்திருந்தாள். சில முடியிழைகள் தோளில் புரண்டன. அவள் குழந்தையை உடம்புக்குக் குளித்துவிட்டாள். படுக்கையறைக்குக் கூட்டிச்சென்றாள். அருகில் படுத்துக்கொண்டு பியூட்டி அண்ட் தி பீஸ்ட் கதையை மெல்லிய குரலில் வாசித்துக்காட்டினாள்.

குழந்தை இடையிடையே சிரித்தாள். அவளும் சிரித்தாள். அவர்களின் சிரிப்புகள் அவனது பேரிகை முழங்கும் இதயத்தில் ஒட்டிப்பிடித்துக்கொண்டன. பின்னர் அவள் அவனுக்குச் சப்பாத்தியும் பருப்பு குழம்பும் பரிமாறினாள். அவனுக்குச் சப்பாத்தியென்றால் வெறுப்பு. ஆனால், அவள் பரிமாறியபோது சுவை வந்தது. அந்தச் சிறிய வீட்டை அவள் அழகுபடுத்தியிருந்தாள். அவளுடையதான எல்லாமே அழகாயிருந்தன. சமையலறையைச் சுத்தம் செய்து, உடம்புக்கு மட்டும் குளித்துவிட்டுக் கை இல்லாத ஒரு நீலநிற நைட்டி உடுத்திக்கொண்டு அவள் படுக்கையறைக்கு வந்தாள். குழந்தையைத் தரையில் படுக்கவைத்தாள். அவன் நடுங்கும் கைகளை அவளது தோளில் வைத்தான்.

"நான் முதல் தடவையா..."

அவன் விக்கினான்.

"எனக்கு முதல்தடவையல்ல."

அவள் நாகத்தைப் போன்று படம் விரித்தாள். திடீரென்று அவனுக்குத் தாழ்வு மனப்பான்மை உண்டானது.

"என்னைவிட பணமும் பதவியும் உள்ளவங்க இந்த நகரத்துல நிறைய இருக்காங்க."

"எனக்குப் பணம் மட்டும் போதாது..."

அவனை அவள் கட்டிக்கொண்டாள்.

"இந்த உடம்பு ஒரு பெருஞ்சுமை. இதை வச்சுக்கிட்டு வேலை இல்லாம வாழறது கஷ்டம். இதை வச்சுக்கிட்டு வேலை கிடைக்கறதும் கஷ்டம். ஆம்பளைங்களோட குத்தித் துளைக்கிற நோட்டத்தப் பார்த்துப் பார்த்து வெறுத்துப்போச்சு. அதனால ஒவ்வொரு இடத்துலயும் அந்தந்த இடத்துல ரொம்பவும் உயர்ந்தவன..."

"எதுக்காக அப்படி ஆஃபீஸ் மாறுற?"

"அப்பவே அலெக்ஸ் தேடிக்கிட்டு வந்துருவான்."

"டிவோர்ஸ் பண்ணக்கூடாதா?"

"கல்யாணத்துக்கு அப்பறந்தானே டிவோர்ஸ்?"

அவள் சிரித்தாள்.

"நான் ஒரு நடுத்தர வர்க்கத்தச் சேர்ந்தவன்."

அவன் மீண்டும் தாழ்வுமனப்பான்மையோடு சொன்னான்.

"ஆனா, உங்களோட இந்த மச்சம் வேற யாருக்கும் இல்லை... இது எனக்கு வேணும்."

அவள் கை நீட்டி அவனது மூக்கின் வலப்பக்கம் உள்ள மச்சத்தைத் தொட்டாள். அவனது உடல் ஒரு பெண்ணின் தீண்டலில் முதன்முறையாகச் சிலிர்த்துக்கொண்டது.

சேர்ந்திருக்கும்போதெல்லாம் அவன் சுனிதாவை அவளோடு ஒப்பிட்டுப் பார்த்தான். புழுங்கி நாறும் முடி. உறங்க வரும்போது காட்டும் சலிப்பு. தொடும்போது இருக்கும் மரமரப்பு.

சுனிதா, உறவைக் கண்டுபிடிப்பதுவரை அவன் நகரத்தில் மிகவும் மகிழ்வான மனிதனாக இருந்தான். கண்டுபிடித்தபிறகு வீட்டில் அழுகையும் கூச்சலும் சண்டையும் சச்சரவும் வழக்கமானது. மகன்கள் பகையோடு பார்த்தார்கள். உறவினர்கள் உபதேசம் சொல்லத் தொடங்கினார்கள். வெறுத்துப்போனபோது அவன் ஏஞ்சலாவிடம் பேசினான்.

"நான் டிவோர்ஸ் செய்யட்டுமா?"

"எதுக்கு?"

"எனக்கு நீ போதும்,"

அவள் சிறிதுநேரம் அவனை உற்றுப் பார்த்தாள்.

"ஊர் உலகந் தெரியாத மனைவி, பத்துப் பன்னிரண்டு வயசுப் பசங்க. வேண்டாம். அது சரியல்ல."

"என்னைப் பொறுத்தவரைக்கும் நீதான் சரி. என் உடம்பும் மனசும் விரும்பறது உன்னைத்தான்... நீதான் பொண்ணுனா என்னன்னு புரியவச்சவ. அதுவும் பதிமூணு வருசம் ஒருத்திகூட வாழ்ந்ததுக்கு அப்புறம்."

"அது சுனிதாவோட குற்றமல்ல. நல்ல பெண்ணுங்க ஆம்பளைங்கள சந்தோசப்படுத்தக்கூடாதுன்னுதான் அவங்க படிச்சிருக்காங்க."

"அப்ப நீ?"

ஏஞ்சலா சிரித்தாள். அவளது உதடுகள் மலர்ந்தன. அவள் அவனை இரண்டு கைகளையும் நீட்டி மார்பில் அணைத்தாள். நீங்கள் என்னை நேசித்தது போன்று எல்லா ஆண்களும் பெண்களை நேசித்திருந்தால் இந்த உலகம் எவ்வளவு நன்றாக இருந்திருக்கும். அன்று சேர்ந்தபோது அவனது மூக்கின் ஓரத்தில் இருக்கும் மச்சத்தில் அவள் முத்தமிட்டாள். எனக்கு இந்த மச்சம் வேண்டும். நான் எடுத்துக்கொள்ளப்போகிறேன்.

விரைவில் அவள் கருவுற்றதை அறிந்தான். அவன் உறைந்துபோனான். பின்னர் பெருமூச்சுவிட்டான். அதைப் பார்த்து அவள் புன்னகைத்தாள். பின்னர் அவளும் பெருமூச்சுவிட்டாள்.

"என்னோட ஆனுக்கு ஒரு துணை வேணும். நான் இல்லாம போய்ட்டாலும் அவள நேசிக்கறதுக்கும் அவளுக்கு நேசிக்கறதுக்கும் ஒரு தம்பியோ தங்கச்சியோ வேணும். அப்புறம் எனக்கு அந்த மச்சமும் வேணும். ஆனா, நாம பிரியப்போறோம்..."

"எதுக்காக?"

"என்னால இன்னொருத்தியக் காயப்படுத்த முடியாது. அப்புறம், இவ்வளவு பொறுப்பாளியான விளம்பரக் கம்பெனிக்காரனால நாலு குழந்தைங்கள வளர்க்கறதுக்கு முடியுமா?"

அவன் மனமுடைந்தான்.

"என் குழந்தைங்களுக்கு அப்பாவா இருங்க. அவங்களோட பிறந்த நாளுக்குக் கேக் வெட்டறதுக்கு வாங்க. பார்க்கறப்ப அவங்களுக்கு ஒரு அப்பாவோட முத்தத்தக் கொடுங்க."

ஒருவரையொருவர் பிரிந்த அன்று அவர்கள் இடப்பள்ளி தேவாலயத்திற்குச் சேர்ந்து சென்று நூற்றியொரு மெழுகுவர்த்தி ஏற்றிவைத்தனர். பால் உறைந்தது போன்று வெளுத்த மெழுகுவர்த்திகள். அவை கூட்டத்தோடு பற்றி மழை பெய்வதுபோன்று உருகி ஒழுகின. அவள் மண்டியிட்டு நின்று நெடுநேரம் ஜெபித்தாள். முதலும் கடைசியுமாக அவள் அழுவதை அவன் பார்த்தான். அவனுடைய கண்களும் நிறைந்தன.

பிரிந்தபோது அவள் ஒரு கத்தியை அவனுடைய நெஞ்சில் பாய்ச்சினாள். அவன் அதன்பிறகான வாழ்க்கை முழுதும் அதைச் சுமந்து நடந்தான்.

பிரியும்போது அவன் அவனது மச்சத்தை அவளுடைய வயிற்றில் பதித்தான்.

வாழ்நாள் முழுவதும் ஐரின் அதைச் சுமந்து நடப்பாள். வயிற்றில் கத்தி ஏறியபோது ஏஞ்சலாவுக்கு வாயில் ரத்தத்தின் சுவை வந்தது. ரத்தம் குழந்தைகளை நினைவூட்டியது.

நான்கு

வானம் ரத்தம் வடிந்து வெளிறிப்போய் இருந்தது. பாதிரியார் பிரார்த்தனையைச் சொல்லும்போது முந்தையநாள் முழுக்க அழுது குரல் கம்மிப்போன குழந்தைகள் மம்மீ மம்மீ என்று தேம்பித் தேம்பி அழுதனர். யாருமின்மையை ஒலிக்கின்ற அவர்களின் குரல் அவனது இதயத்தைத் துளைத்தெடுத்தது.

பித்தளை மணி பதித்த சவப்பெட்டிக்குள் ஏஞ்சலா உறங்கினாள். ரத்தத்தைப் போலவே துக்கமும் மன அழுத்தமும் வடிந்து அவளது முகம் தேவதையின் முகமாகியது. காதலின் உச்சமாகிய கலவிக்குப் பிந்தைய நிறைவான உறக்கத்தில் இருந்தாள் அவள். அவனுக்கு அவளைத் தொடவேண்டும் என்று தோன்றியது. அவர்கள் அதற்கு முன்பு சந்தித்துக்கொண்டது ஆனின் பிறந்தநாளில். அன்றும் அவனுக்கு அவளைத் தொடவேண்டும் என்று தோன்றியது. ஆனால், நகரத்தில் இருக்கும் ஒரு நகைக்கடை முதலாளியின் வரவேற்பாளினி ஆகியிருந்தாள் அவள். கடன் ஏறி முடிந்துபோன முதலாளியின் தாழ்வு மனப்பான்மை, பணக்காரியாகவும் ஆடம்பரமானவளாகவும் இருந்த அவளைத் தொடுவதிலிருந்து அவனை விலக்கியது. பிரியும்போது அவள் அவன் கையைப் பற்றிக்கொண்டு நனைந்த கண்களோடு சிரித்தாள். அந்த நேரத்திலும் அவளது முகம் தேவதையின் முகமாகியது.

ஆயிரத்தில் ஒருத்தனுக்கு மட்டுமே அவளைப்போன்ற ஒரு துணை கிடைப்பாள் என்று அவன் ஒருமுறை

சொன்னான். அவள் வாய்விட்டுச் சிரித்தாள். 'இதெல்லாம் சும்மா..., சொந்த மனைவியாக இல்லாததால்தான் இந்த ஆர்வம்.'

"நீ என்னுடையவளா இருந்திருந்தான்னு ஆசைப்படாத நாளே இல்லை..."

"இருந்திருந்தாத் தெரிஞ்சிருக்கும். சுனிதா மாதிரி நானும் சலிச்சுப்போயிருப்பேன்."

"உன்னை மாதிரி ஃபாஷனேட்டான ஒருத்திய எந்த ஆம்பளைக்குத்தான் சலிக்கும்?"

"பொண்ணுங்களுக்குக் காதலும் காமமும் ஒண்ணுதான். ஆம்பளைங்களுக்கு அது ரண்டா இருக்கலாம்."

"பின்ன! பெண்கள் சுயநலவாதிங்க. அவங்களுக்கு வாழ்க்கை இன்பங்களத் தாண்டி யார்மேலயும் காதலுமில்லை காமமும் இல்லை."

"நான் என்னைப்பத்தித்தான் சொன்னேன்."

"சுனிதா என்னைக்குமே ஃபாஷனேட்டா இருந்ததில்லை."

"பாவம்... அவங்களுக்குப் பயமா இருக்கும். காம வெறிபிடிச்சவன்னு குற்றம் சாட்டறத எந்தப் பெண்ணும் தாங்கமாட்டா."

"நீயும்?"

அவள் நிமிர்ந்து படுத்துக்கொண்டு சிரித்தாள்.

"நானும். காதல் முத்திப்போய்ப் பொறுக்கமுடியாமத்தான் அவன்கூட ஓடிப்போனேன். ஆனால், அவன் காமப் பைத்தியம்னு வியாக்கியானம் பண்ணினான். அவன் என் காதலக் கொன்னான். அப்பவே காமமும் செத்துப்போச்சு."

அவளது புன்னகை சட்டென மறைந்தது.

"எப்பப்பார்த்தாலும் சண்டைதான். இருந்தாலும் நான் தாக்குப்பிடிச்சு நின்னேன். ஆனால், நண்பன் முன்னாடி அவன் என்னைத் தூக்கி எறிஞ்ச அன்னக்கி..."

சிரித்துக்கொண்டிருந்தாலும் கடைக்கண்களில் கண்ணீர் வழிந்தது.

"அன்னக்கி, எனக்கு நானே குத்திக்கிட்டுச் செத்துப்போகணும்னு தோனுச்சு."

அவன் வருத்தத்தோடு அவளை வருடினான். அவள் அவனது உள்ளங்கையைப் பிடித்தாள்.

"அது அந்த வயசோட அறிவீனத்துல தோணுனதுதான். இப்பத் தெரியும். ஆண், பெண், காமம், காதல் - எல்லாம் சும்மா. இது எதுவுமேயில்லை வாழ்க்கை."

"அப்புறம்?"

அவள் அவனுக்கு நேராக கூர்மையான பளுப்புநிறக் கண்களை உயர்த்தினாள்.

"எதுவல்லன்னு மட்டும் தெரியும். எதுன்னு தெரியாது."

பின்னர் அவள் பெருமூச்சு விட்டாள்.

"இப்ப எனக்கு என் குழந்தைங்கதான் முக்கியம். தாய்க்குக் குழந்தைங்ககிட்ட இருக்கறதும் குழந்தைங்களுக்கு அம்மாகிட்ட இருக்கறதும் மட்டுந்தான் உலகத்துல நிரந்தரமான அன்பா இருக்கு."

அவனும் பெருமூச்சு விட்டான்.

"எதுக்கு இந்தக் குழந்தையும்?"

"உங்க மேல இருக்கற அன்ப நிரூபிக்கறதுக்கு எனக்கு வேற வழியில்லை."

"அன்பு...! அதுக்குத்தானே நீ என்னை விட்டுட்டு பணக்காரனக் கண்டுபிடிச்சே?"

அவன் பொறாமையோடு அவளைத் தள்ளிவிட்டான். அவள் தீவிரமாகப் பார்த்தாள்.

"குழந்தைங்கள வளர்க்கணும்... பெரியவங்களாக்கணும்... அதுக்குப் பணம் வேணும். போதுமான பணம் கிடைச்சுட்டாப் பாருங்க, நான் கன்னியாஸ்திரியா ஆயிடுவேன். என்னைமாதிரி பெண்களுக்கு அவ்வளவுதான் முடியும்."

அவளுடைய முகத்தை நினைத்தபோது அவனது நெஞ்சு துடித்தது. இனிமேல் பார்க்கமுடியாத முகம். இனிமேல் கேட்கமுடியாத குரல்.

அவர்கள் அவளைக் குழியில் கட்டி இறக்கிக்கொண்டிருந்தனர். மண் விழுந்து பெட்டியும் மறைந்தபோது குழந்தைகள் மயங்கி விழுந்தனர். அவன் ஐரினை வாரியெடுத்துத் தோளில் போட்டுக்கொண்டான். ஜெயமோகனின் மனைவி ஆனைச் சேர்த்து அணைத்துக்கொண்டார். குழந்தைகளின் வெறுமையான தேம்பல்கள் மயானத்தில் எதிரொலித்துக்கொண்டிருந்தன. பாதங்களில் ஒட்டிய தாயின் ரத்ததின் ஈரம் குழந்தைகளிடம் எஞ்சியது.

நரேந்திரனின் தோளில் ஒட்டிக்கிடந்த ஐரின் பாதி மயக்கத்தில் அலெக்சாண்டரின் உருவத்தைத் திரும்பவும் கண்டாள். தாயின் மரணத்தை அவள் மீண்டும் அனுபவித்தாள். அந்தக் காட்சி இனி என்றென்றும் அவளது கண்களில் ஒட்டிக்கொள்ளும். அன்று, ஏஞ்சலா கொல்லப்பட்ட நாளில் சிரித்து மகிழ்ந்து வீட்டுக்கு வந்தபோது மெழுகுத் துளிகள் போன்று மழை சொட்டியது. அப்போதுதான் அலெக்சாண்டர் வந்தான். கதவு அடைக்காமல் இருந்தது. ஐரின் சீருடையைக் கழற்றிப் போட்டுவிட்டு ஜட்டி மட்டும் போட்டுக்கொண்டு பச்சை நிறத்திலான ஒரு பிறந்தநாள் தொப்பியோடு வந்துகொண்டிருந்தாள். மம்மீ என்று கூப்பிட்டுக்கொண்டு அவள் திகைத்து நின்றாள். பின்னர் தன்னுடைய அரை நிர்வாணத்துக்காக வெட்கப்பட்டு உள்ளே ஓடினாள். முத்தும் ஜரிகையும் பதித்த சந்தன நிற ஷிஃபான் சேலையின் முந்தானையை இடுப்பில் செருகியிருந்த ஏஞ்சலா மேசைமேல் கேக்கை வைத்துத் தயார்படுத்திக்கொண்டிருந்தாள். கத்தியை ஒரு நாப்கின்னில் துடைத்து சாட்டின் ரிப்பன் கட்டிக்கொண்டிருக்கும்போதுதான் அவள் அவனைப் பார்த்தாள்.

ஏஞ்சலா சற்று ஆழ்ந்து மூச்செடுத்தாள். அவர்கள் ஒருவரையொருவர் சில கணங்கள் பார்த்துக்கொண்டு நின்றனர். அவன் ஆஜானுபாகுவான, முகத்தில் கருணையில்லாத ஒருவனாக இருந்தான். இடது கன்னத்தில் ஒரு கத்திக்குத்துக்குப் போட்ட தையல் காயாமல் இருந்தது. அவள் காதலித்த காலத்தில் அவனுக்கு அங்கே ஒரு மச்சம் இருந்தது.

“அலெக்ஸ்!”

அவள் சாட்டின் ரிப்பன் கட்டிய கத்தியை உதட்டின் மேல் வைத்து ஆச்சரியத்தோடு புன்னகைத்தாள்.

“எவ்வளவு காலமாச்சு பார்த்து! எங்க இருந்தீங்க? அப்ப என்னை மறக்கல, இல்லையா?”

அவள் பேசிக்கொண்டே கேக்கின் மேல் இருந்த கவரைத் திறந்து வைத்தாள்.

“இன்னக்கி என் பாப்பாவோட ஹேப்பி பர்த்டே. இன்னைக்கே அலெக்ஸ் வந்துட்டீங்களே. நல்லதாப்போச்சு!”

அலெக்சாண்டரின் தடித்த முகம் இறுகியது. தசைகள் ரத்தம் பாய்ந்து சிவந்தன. கையை உயர்த்தி அழுக்கடைந்த நீலநிறச் சட்டையில் அவனது நெற்றியில் இருந்த வியர்வையைத் துடைத்தான். அவளைக் குரோதத்தோடு பார்த்தான். இடுப்பில் செருகிய சேலைக்கு இடையில் சதைப்பற்றான வயிற்றில் அவனுடைய கண்கள் பதிந்தன.

அப்போதுதான் ஆனும் ஐரினும் அறைக்குள் வந்தனர். அவனைப் பார்த்ததும் ஆன் ஐரினை இறுக்கமாகப் பிடித்துக்கொண்டாள். ஆனுக்கு அப்பாவை நினைவிருந்தது. அப்பா, அவளுக்கு ரத்தத்தில் தங்கியிருக்கும் இனம்புரியாத பீதியாக இருந்தான். ஐரின் அக்காவின் முகத்தையும் அம்மாவின் முகத்தையும் மாறிமாறிப் பார்த்து அழுவதற்கு உதடுகளைச் சுழித்தாள்.

“மதியம் என்ன சாப்டீங்க? என்ன இப்படிச் சோர்ந்துபோயிட்டீங்க? இப்ப என்ன செய்யறீங்க? பழைய வாகனக் கடன் வசூல் தொழிலத்தான் பண்ணிட்டு இருக்கீங்களா?”

ஏஞ்சலா விசாரித்தாள். அவன் பதில் சொல்லாமல் அவளை நெருங்கினான். அவளுடைய அழகான வீடு. அழகான குழந்தைகள், நல்ல உடல், வீட்டின் வெளிச்சம், மெல்லிய வாசனை. அப்புறம், அவளது சிரிப்பு. அவனுடைய ரத்தம் கொதித்தது. அவன் கை நீட்டி அந்தக் கத்தியைப் பிடுங்கி சாட்டின் ரிப்பனை ஏளனமாகப் பார்த்தான். ஏஞ்சலா உதடுகள் மலர்ந்து புன்னகையோடு ஏதோ சொல்லத் தயாரானாள். அதற்குள் குத்தி முடித்திருந்தான். அவளுடைய சதைப்பற்றான வயிற்றில் கத்தி தடையின்றி பாய்ந்தது. குழந்தைகள் விழிபிதுங்கி வாய்பிளந்தனர். ‘பாவி மவளே, என்னை ஏமாத்திட்டு நீ விபச்சாரம் பண்ணிட்டு சந்தோசமா இருக்கே இல்லையா’ என்று பல்லைக் கடித்துச் சபித்துக்கொண்டு அலெக்சாண்டர் கத்தியை இழுத்து உருவியெடுத்து மீண்டும் குத்தினான். ஏஞ்சலா துடித்தாள்.

"மம்மீ எனக்கு கில்ட் பென்சில் வேணும்... இங்கிலீஷ் மிஸ் சொன்னாங்க. நாளைக்குப் போறபோது கில்ட் பென்சில் வேணும்."

நரேந்திரனின் தோளில் ஐரின் புலம்பினாள்.

"அக்கா போகாத... அக்கா என் பக்கத்துலயே இருங்க. நாம ஐஸ்கிரீம் சாப்பிடப் போகணும்."

"தங்கம்."

அவன் நிறைந்த கண்களோடு அவளது தோளைத் தட்டினான்.

"மம்மீ இன்னைக்கிப் போகாதீங்க. ஆஃபீசுக்கும் பார்ட்டிக்கும் போகாதீங்க. என் கிட்டவே உட்கார்ந்திருக்கணும். எனக்கு மம்மியோட நெஞ்சுமேல படுத்துக்கணும். எப்படி இருக்குந் தெரியுமா மம்மியோட நெஞ்சுல படுத்துக்கிட்டா..."

அவனுக்கு இதயம் கிழிந்து இரண்டாவது தெரிந்தது. ஒரு கேக்கைப் போன்று யாரோ இதயத்தில் கத்தியை மெல்லப் பதித்தார்கள். கத்திமுனை தசையில் ஆழ்ந்தது. ரத்தம் மிகமெதுவாக வெளிப்பட்டது.

ரத்தம்.

உலர்ந்தால் ஒட்டுகின்ற, மச்சமாக ஆகிவிடுகின்ற ரத்தம்.

கொல்லப்படும்போது ஏஞ்சலா சிரித்தாள். அவளுக்கு வலிக்கவில்லை. காரணம் அவன் அதற்கெல்லாம் வெகு காலத்துக்கு முன்பே அவளைக் கொன்றுவிட்டான்.

அவளது இளம்பச்சை நிற நைலக்ஸ் சேலையின் முந்தானையில் அலெக்சாண்டரின் நண்பன் கை வைத்த நாள். அன்று அவள் கைகூப்பி, 'கூடாது' என்று கெஞ்சினாள். 'அலக்ஸே' என்று கத்திக் கூப்பிட்டு அலறினாள். கூட்டாளி நாக்கைச் சுழற்றிக்கொண்டு அவள்மேல் பாய்ந்தான். அன்றுதான் ஏஞ்சலா கொல்லப்பட்டாள். பூனை எலியைத் தின்பதுபோன்று ஜடமாகிவிட்ட தன் உடலை அவன் தின்று விளையாடும்போது திகைத்துப்போன ஆனின் பிஞ்சுக் கண்களை அவள் கதவருகே கண்டாள். அன்றுதான் ஏஞ்சலா கொல்லப்பட்டாள்.

ஐந்து

ஏஞ்சலாவை வாழ்க்கை மீண்டும் ஏமாற்றியது. மரணத்திடம் அவளைத் தூக்கிக் கொடுத்தது. கத்தி துளைத்தேறும்போது இடக்கண்ணில் அவள் குழந்தைகளைப் பார்த்தாள். விழி பிதுங்கிய நான்கு கண்கள். ஏஞ்சலாவின் இதயம் துடித்தது. குழந்தைகளைக் காப்பாற்றுவதற்காக அவள் முன்னோக்கிப் பறந்தாள். சிறகு அறுந்து விழுந்தாள். இதற்கிடையில் கத்தி வெளியே உருவி எடுக்கப்பட்டது. மீண்டும் செருகப்பட்டது. இரண்டு குழந்தைகள். இரண்டு காயங்கள். இரண்டு பெரிய மச்சங்கள். அவள் அழவில்லை. ஏஞ்சலாவை அழவைக்க உடலால் முடியாது. வாழ்க்கையால் முடியாது. அலெக்ஸால் முடியாது.

ஆன், கண் மூடும்போது வெறித்த கண்களைப் பார்த்தாள். மம்மியின் துடிதுடிப்பு. கத்தி ஏறியபோது மம்மிக்கு வலித்தது. மம்மி துடிதுடித்தார். நெளிந்தார். ஆனால், அழவில்லை. மம்மிக்கு அழுகை இல்லை. கண்ணீரை மம்மி மந்திரக்கோலைச் சுழற்றிப் புன்னகையாக்குவார். மம்மிக்குப் பயமும் இல்லை. பயத்தை மம்மி தலையைச் சுற்றி அடுப்பில் போடுவார்.

ஒருமுறை நகைக்கடை முதலாளியோடு ஏஞ்சலா சண்டைபோட்டாள். அதையும் ஆன் பார்த்தாள். அன்று இரவு ஏஞ்சலா சப்பாத்தியும் கோழிக்கறியும் செய்தாள். பாப்பாவுக்கு சின்ட்ரெல்லாவின் கதை சொல்லி இரண்டு சப்பாத்தி சாப்பிடவைத்தாள். ஒரு ஷிம்மி மட்டும் அணிந்துகொண்டு உணவு மேசையில் குனிந்து உட்கார்ந்தவாறு அவள் பிளந்த வாயோடு கதை கேட்டாள். அவ்வப்போது அவள் உணவை மெல்லுவதற்கு

மறந்தாள். அவ்வப்போது அவள் வாய் திறக்க மறந்தாள். ஏற்கெனவே கேட்ட கதையாக இருந்தாலும் ஆனும் கவனித்தாள். அப்போதுதான் அவன் வந்தான். அவன் குடித்திருந்தான். ஒரு தார் பீப்பாயை நினைவுபடுத்துகின்ற உடலோடு அவன் வீட்டுக்குள் வந்தான். ஏஞ்சலாவின் முகம் கருத்துப்போனது.

"பத்தரை ஆகலயே முதலாளீ..."

ஏஞ்சலா தணிந்த குரலில் சொன்னாள்.

"ஓ... என் பெண்ணே... என்னால காத்திருக்க முடியாது..."

"குழந்தைங்க இன்னும் தூங்கல..."

"அவங்க தூங்கிக்குவாங்க."

அவன் அவளைச் சேர்த்தணைக்க முயன்றபோது ஆன் எழுந்துவந்தாள். ஏஞ்சலாவின் ரத்தம் கொதித்தது.

"குழந்தைங்க பார்ப்பாங்க...!"

அவள் பதறினாள்.

"அதுங்களும் பார்த்துப் படிச்சுக்கட்டும்டீ."

முதலாளி சிரித்தான். எச்சில் கையை ஓங்கி முதலாளியின் கன்னத்தில் ஒன்று கொடுத்த மம்மியின் முகத்தையும் ஆன் மறக்கவில்லை.

"முன்னால நிக்காதே வெளியபோ...!"

"ஏஞ்சலா..."

அவன் கன்னத்தைப் பொத்திக்கொண்டு விழிபிதுங்கப் பார்த்தான்.

"இல்லைன்னா சமையல்கட்டுல கத்தி இருக்குது... குத்தி ஏத்தீருவேன்..."

முதலாளி சிறிது நேரம் தொழிலாளியைப் பார்த்துக்கொண்டு நின்றான். பின்னர் வெளியே போனான். அப்போது மம்மி திரும்பி நின்று ஆனையும் பயந்துபோய் அவளுக்குப் பின்னால் நின்ற பாப்பாவையும் பார்த்தாள். மெல்ல கண் சிமிட்டிச் சிரித்தாள்.

"சும்மா... ஒரு தமாசு... தங்கங்க பயந்துட்டீங்களா?"

ஏஞ்சலா அவர்களுக்கு வாய் கழுவி விட்டாள். இரவு உடை அணியவைத்தாள். கழிவறைக்கு அழைத்துச் சென்றாள்.

மின்விசிறியைத் தேவையான வேகத்தில் சுழலவிட்டு இருவரையும் இருபக்கமும் படுக்கவைத்து மெல்லமாகத் தோளில் தாளமிட்டாள்.

"அந்த ஆளு என்ன செய்யறதுக்கு மம்மிகிட்ட வந்தான்?"

ஆன், பாதி மூடிய கண்களோடு பலவீனமான குரலில் கேட்டாள்.

"என்ன செய்ய?"

ஏஞ்சலா சிரிக்க முயன்றாள்.

"கொல்லறதுக்கா?"

"ஏய். மம்மிய யாரும் கொல்லமாட்டாங்க..."

அவள் பாப்பாவை நேராகப் படுக்கவைத்துவிட்டு ஆன் பக்கம் திரும்பி அவளை மார்போடு அணைத்துக்கொண்டாள்.

"தூங்கிக்கோ... அம்மாவோட தங்கமே தூங்கிக்கோ..."

இரண்டு குழந்தைகளும் உறங்கியபோது வீட்டுக்குள் பாரமான அமைதி ஒட்டிக்கொண்டது. ஏஞ்சலா நரேந்திரனை அழைத்தாள். அன்று இரவை நரேந்திரன் நினைத்தான். சுனிதா இன்னும் தூங்கவில்லை. எண்ணைப் பார்த்ததும் நரேந்திரன் ஃபோனோடு கழிவறைக்குப் போனான்.

"ம்ம்?"

அவன் தாழ்ந்த குரலில் கேட்டான்.

"ஒரு பிரச்சனை... அந்த முதலாளி குடிச்சு மட்டையாயி வீட்டுக்குள்ள வந்தான். நான் ஒண்ணு குடுத்தேன்..."

"நல்லதாப் போச்சு..."

நரேந்திரன் குரலடக்கிச் சிரித்தான்.

"அந்த வேலையவும் மாத்தறதுக்கு நேரம் வந்துருச்சுன்னு நான் இப்பதான் நினைச்சிட்டிருந்தேன். இல்லாட்டியும் உனக்கு ஆம்பளைங்கள சட்டுனு வெறுத்துப்போவும்."

ஏஞ்சலா பலவீனமாகச் சிரித்தாள்.

“அதுக்கு அந்த ஆளு என்னை விடமாட்டான்.”

“உனக்கு அவன விடறதுக்கு இஷ்டமில்லைன்னு சொல்லு.”

“இப்படிப் பொறாமப்படாத.”

அவள் சிரித்தாள்.

“எனக்குத் தெரியும் உடம்ப விற்கிறது பாவம்தான். நான் விற்கிறது உடம்பல்ல. அனுதாபத்த. பாவம், அந்த நகைக்கடைக்காரன்மேல எனக்கு அனுதாபந்தான் இருக்கு. வாழ்க்கையில ஒருதடவகூட அவன யாரும் காதலிக்கல. காதலிக்கறமாதிரி நடிச்சுத்தா இருக்காங்க. அதுங்கூட, அவன்மேல அல்ல, அவனோட பணத்துமேல. அது அவனுக்கும் தெரியும். அதன் பேர்ல இல்லாம அவன யாராலும் காதலிக்க முடியாதுன்னு அவனுக்குத் தெரியும்.”

அவள் சிரித்தாள்.

“அதனால பரிதாபப்பட்டு நீ அவனுக்குக் கொஞ்சம் காதலக் கொடுக்கறே...”

அவள் மறுபடியும் சிரித்தாள். உதடுகள் மலர்ந்தன.

“அப்படியல்ல. நான் அவனைப் புரிஞ்சுக்கறேன். அதனால அவன மன்னிக்க முடியுது. என் ஆன நான் மன்னிக்கறதில்லையா? என் பாப்பாவ நான் மன்னிக்கிறதில்லையா?”

“அப்படின்னா அலெக்சாண்டரையும் மன்னிச்சிடு.”

“அலெக்ஸோட பிரச்சனை என்னைப் புரிஞ்சுக்க முடியாததுதான். நான் அவனுக்கானவள் இல்லைன்னு அவனுக்குத் தெரியும். அதை ஒத்துக்கறதுக்கு அவனுக்கு முடியல. அதனாலதான் அவன் என்னை விபச்சாரத்துல தள்ளிவிட்டான். கேவலப்படுத்தித் தன் கட்டுப்பாட்டுக்குள்ள கொண்டுவாரதுக்காக. அன்னக்கி அது எனக்குப் புரியல.”

அவள் பெருமூச்சுவிட்டாள்.

“அப்படீன்னா என்னைச் சும்மா இப்படி முட்டாள் ஆக்கியிருக்க வேண்டாம்.”

அவள் வாய்விட்டுச் சிரித்தாள்.

“நான் உங்கள நேசிச்சது பணத்துக்காக இல்லை. நீங்க எனக்குத் தந்த, தந்துக்கிட்டு இருக்கற அன்புக்காகத்தான். அப்புறம் எனக்கு அந்த மச்சமும் வேண்டியிருந்துச்சு.”

அவனது சப்தம் அடங்கியது:

“ஏஞ்சலா... எனக்கு நீயில்லாம முடியாது.”

ஃபோன் வழியாக ஏஞ்சலா சிரித்தாள். சிரித்துச் சிரித்து அவள் இருமினாள். பின்னர், எதிர்பாராதவகையில் ஏஞ்சலா அந்த நகைக்கடை முதலாளியைப் பற்றிச் சொன்னாள். சாத்தான். அவனுடைய பல்லைப் பார்த்திருக்கீங்களா? வலியோடு இருப்பதைப் பார்க்கும்போது வரும் சிரிப்பைப் பார்த்திருக்கிறீர்களா? அசல் கழுதைப்புலி. என் உடலை வந்து பாருங்கள். ரத்தம் சுண்டிய வடுக்கள். எண்ணினால் தீராது. மார்பில் ஒரு கடி வாங்கி சீழ் பிடித்துவிட்டது. ஒரு வாரம் மரண வலி தின்றது. நினைக்கும்போது அனுதாபம். இவன் ஒன்றும் நல்ல கருப்பையில் கிடந்திருக்க மாட்டான். சொன்னதெல்லாம் நகைச்சுவைதான். அவள் சிரித்தாள். அவ்வப்போது குரல் இடறியது. அப்புறமும் சிரித்தாள். அன்று இரவு முழுதும் மரண உறக்கத்திலிருக்கும் சுனிதாவுக்கு அருகில் நரேந்திரன் குரலின்றி அழுதான். அலெக்சாண்டர் கெட்டவன்தான். அவன் கொன்றது ஏஞ்சலாவை அல்ல. தன்னைத்தான். அலெக்சாண்டர் முட்டாளும்கூட. அவளைக் கொல்வதற்குக் குத்தியிருக்கவேண்டியது அவளையல்ல. குழந்தைகளைத்தான்.

ஆனும் அதுபோலவே நினைத்தாள். அப்பா எங்களையும்கூடக் கொன்றிருக்கவேண்டும்.. மம்மி இல்லாமல் இனி என்ன செய்வோம்? இனி அவர்கள் எங்கே இருப்பார்கள்? காலையில் யார் தோசை சுடுவது? சட்டினி செய்வது யார்? பாப்பாவுக்கு யார் டோஸ்ட் செய்வார்கள்? அவளுக்கு யார் வீட்டுப்பாடம் சொல்லிக்கொடுப்பார்? தூக்கத்தில் படுக்கையில் சிறுநீர் கழிக்காமல் இருப்பதற்காக பாப்பாவை யார் கழிவறைக்குக் கூட்டிச்செல்வார்? உருண்டு விழுந்து முழங்கால் உடைந்தால் யார் மருந்து போட்டுவிடுவார்கள்? அழுதால் யார் சிரிக்கவைப்பார்?

“இனி என்ன பண்ணறது நரேந்திரன் சார்?”

ஜெயமோகன் பரிவோடு கேட்டார்,

“இந்தக் குழந்தைங்கள எங்க விடுறது?”

எங்கே போவது என்று ஆனும் பரிதவித்தாள். அவளது சிறிய சோற்று உருண்டையளவு மட்டுமே கனமுள்ள இதயம் பயத்தோடும் கவலையோடும் துடித்தது. யார் இனி அவர்களுக்குச் சோறு கொடுப்பார்கள்? யார் அவர்களுக்குப் பள்ளி வாகனக் கட்டணம் செலுத்துவார்கள்? யார் அவர்களின் கல்வி முன்னேற்ற அறிக்கையில் கையொப்பம் இடுவார்கள்? மம்மியை இனிப் பார்க்கமுடியாது என்ற எண்ணத்தில் அவள் உடைந்துபோனாள்.

காலையில் குளித்து ஆடை மாற்றுவதற்காக வீட்டுக்குப் போனபோது நரேந்திரன் வெட்டவெளியிடம் சொன்னான்:

"ஏஞ்சலா செத்துப்போய்ட்டா."

சுனிதாவின் முகம் சாத்தானின் முகமானது.

"கேள்விப்பட்டேன், வேசிங்களுக்கு அதுதான் வரும்."

செத்துபோனவங்கள தப்பா சொல்லாத. பாவம் அந்தக் குழந்தைங்க.

'பேசாதீங்க.' அவள் கொதித்தெழுந்தாள். 'என் குடும்பத்தை நாசம் பண்ணினவள். வேசி. ரத்தக்காட்டேரி. என்னையும் பிள்ளைகளையும் தெருவில் விட்டவள். அவளுக்கு அப்படித்தான் வேண்டும். அது என் கண்ணீரு. பதிவிரதையோட சாபம். கண் முன்னாடி பார்த்தும்கூட நீங்கள் அதைக் கத்துக்கல. இனி நீங்களும் அனுபவிப்பீங்க, ஜெயில்ல கிடந்து அழுவீங்க. பார்த்தீங்கதானே அவள் செத்த சாவ. கத்தி ஏறி குடல் தள்ளிச் செத்தாள் இல்லையா? அப்படித்தான் வரும். தீரல. என் கண்ணீருக்குக் கணக்குத் தீரல. அவள் பெத்த பிள்ளைங்க ரோடு ரோடா பிச்சை எடுக்கணும். ஒருவேளை சோத்துக்காக நாய் மாதிரி அழணும்.'

ஆனின் நிறைந்த கண்களில் ஒருவேளை சோற்றுக்கான அழுகையை நரேந்திரன் கண்டான்.

ஆறு

ஏஞ்சலாவின் குழந்தைகள். பூதலத்தின் மச்சங்கள். அவர்களைத் தேடி அலெக்சாண்டரின் சகோதரியும் கணவரும் ஒரு நண்பகலில் வந்தனர். விலை மலிவான பருத்திப் புடவையின் முந்தானையைத் தலையில் போட்டிருந்த அவருடைய முகத்தில் கசாப்புக்கடைக்காரியின் உணர்ச்சியின்மையும் கடுமையும் நிறைந்திருந்தன.

"எங்க தம்பியோட குழந்தையக் கூட்டிட்டுப்போக வந்தேன்."

உபச்சாரமான வார்த்தைகளுக்குப் பிறகு அவர் சொன்னது. நரேந்திரன் அதிர்ந்துபோனான்.

"அவன் கௌம்பறதுக்கு முன்னாடியே சொன்னான். அங்க கூட்டிவந்து வைக்கணும்னு. இங்க யார் இருக்காங்க? அவளாவது தப்பாப் போகக்கூடாது இல்லையா."

"அப்ப சின்னவ?"

ஜெயமோகன் கேட்டார்.

"அத அதோட அப்பா கூட்டிட்டுப் போகட்டுமே."

அவர் நரேந்திரனின் மச்சத்தையும் ஐரினின் மச்சத்தையும் உற்றுப் பார்த்தார். நரேந்திரன் சோர்வோடு குழந்தையை மார்போடு அணைத்துக்கொண்டான்.

"இவ எங்ககூட எஸ்டேட்ல இருக்கட்டும். லைன் வீட்டுல எல்லா வசதியும் இருக்குது. என்னோட ரண்டு புள்ளைங்களும் துணைக்கு இருக்காங்க. பக்கத்துலயே ஸ்கூல் இருக்கு. அங்க படிக்க வைக்கலாம். அலெக்ஸ்

கேஸ் முடிஞ்சா உடனே வந்துருவான். வந்தப்புறம் அவன் பார்த்துக்குவான். இவள கான்வெண்ட்ல சேர்த்தனுங்கறதுதா அவனோட ஆசை. பெத்த தாய் செஞ்ச பாவத்துக்கு ஒரு பரிகாரம்."

நரேந்திரனின் இதயத்தில் கத்தி குத்தி ஏறியது.

"குழந்தைங்கள பிரிக்கணுமா?"

"ஒரே அப்பாவோடவங்க இல்லையே."

"உங்களுக்கு இதயமே இல்லையா? அந்தக் குழந்தைங்களோட அம்மாவோ போயாச்சு. இப்பப்போயி அவங்களப் பிரிக்கறது குரூரமில்லையா?"

ஜெயமோகன் கொதித்தார்.

"அப்படீன்னு சொன்னா அவள் அப்படி தப்புப் பண்ணிப் பெத்த புள்ளையவல்லாம் எங்களால சுமக்க முடியாது. எங்க குழந்தைய எங்ககிட்டக் கொடுங்க."

அவர் ஆனின்மேல் கை வைத்தார். அவள் உதறி கத்தி, அழுது அழுது தளர்ந்துபோன ரத்தவாடை மாறாத பிஞ்சு உடல் தரையில் விழுந்து உருண்டது. அவனது தோளில் சோர்ந்து கிடந்த ஐரின், தலை நிமிர்ந்து பார்த்துத் திமிறி இறங்கி அக்காவின்மேல் குப்புற விழுந்து உடைந்து அழுதாள். இருவருடைய வெள்ளை பிரில் வைத்த பிராக்குகளில் செம்மண்ணின் சிவந்த நிறம் புரண்டது.

"நான் வரமாட்ட. நான் வரமாட்ட. என் பாப்பாவ விட்டுட்டு நான் வரமாட்ட."

ஆன் கதறினாள்.

"அக்கா... என்னை விட்டுட்டுப் போகாத."

ஏஞ்சலாவின் குழந்தைகள்மேல் யாரோ கண்ணீரின் மந்திரக்கோலைச் சுழற்றினர். அவர்கள் நிறுத்தாமல் அழுதனர். ஒரு கேக்கை இரண்டாக வெட்டுவது போன்று அலெக்சாண்டர் அவர்களையும் கிழித்துப் பிளந்தான்.

"என்னைக் கூட்டிப்போகாதீங்க. அங்கிள் என்னை விடாதீங்க."

ஆன் அவனை நோக்கிக் கை நீட்டிக் கத்திக் கூப்பிட்டாள்.

தேவதையின் மச்சங்கள் 41

"என்னையும் கூட்டிட்டுப் போங்க. என் அக்காகூட என்னையும் கூட்டிட்டுப் போங்க."

ஐரின் அக்காவைக் கெட்டியாகப் பிடித்துக்கொண்டாள்.

"எனக்கு என் பாப்பாவ பார்க்கணும். எங்க அம்மா வேணும்."

"அக்கா... பாப்பா செத்துப்போயிருவா... அக்கா போகாதே..."

பாப்பாவை வேண்டிக் கதறி அழுத ஆனை வாயைப் பொத்திப் பிடித்துக்கொண்டு வண்டியில் ஏற்றி அலெக்சாண்டரின் சகோதரி கொண்டுசென்றார். நரேந்திரனும் அவனது ரத்தமும் எஞ்சிப்போனார்கள். அழுது அழுது ஐரினுக்குக் காய்ச்சல் வந்துவிட்டது. காய்ச்சல் குறையும் வரைக்கும் அவளருகிலேயே அவன் காவலிருந்தான்.

"இனி என்ன செய்யறது நரேந்திரன் சார்?"

ஜெயமோகனின் சொற்களில் குற்ற உணர்வு நிறைந்திருந்தது.

"வளர்க்கறதுக்கு எனக்கு வழியில்லை. இல்லாட்டி நான்..."

நரேந்திரன் ஐரினைச் சேர்த்தணைத்தான். அவள் சோர்ந்துபோன கண்களைத் திறந்தாள். திறந்திருப்பதற்குச் சக்தியற்ற இரண்டு பிஞ்சுக் கண்கள்.

"கோர்ட் தீர்ப்பு வரும்போது என்ன செய்யறது?"

அவனிடத்தில் பதில் இல்லை.

"இப்போதைக்கு நான் சொல்லறதக் கேளுங்க. குழந்தைய நாம புவர் ஹோம்ல விடலாம். நான் பார்த்ததுல அந்த ஒரு வழிதான் இருக்கு. சர்ச்ல ஃபாதர்கிட்டப் பேசிட்டேன். அவருக்குச் சம்மதந்தான்."

ஐரினின் முகத்தைப் பார்க்கச் சக்தியில்லாமல் அவன் கண்களை மூடிக்கொண்டான். அவனும் சோர்ந்துபோனான். அவளுக்குக் கஞ்சியும் மருந்தும் கொடுத்துப் படுக்கவைத்து உறங்கவைத்துவிட்டு அவன் திரும்பவும் ஜெயமோகனின் அருகில் சென்றான்.

"என்னால அவளை அநாதை இல்லத்துல விட முடியாது, ஜெயமோகன்."

"வேற என்ன வழி, சார்?"

அன்று இரவு முழுவதும் நரேந்திரன் ஐரினோடு ஒட்டிச் சேர்ந்து படுத்துக்கிடந்தான். ஐரின் இரவில் சிரிக்கவும் அழவும் செய்தாள். 'மம்மீ எனக்கு வயிறு நிறைஞ்சிருச்சு மம்மீ' என்று அழுதாள். 'அக்கா என்னைக் கிண்டல் பண்றா' என்று புகார் சொன்னாள். 'ஐயோ என் அக்காவக் கூட்டிட்டுப்போகாதீங்க' என்று கத்தினாள். 'எங்க அம்மாவக் கொன்னுட்டாங்க' என்று பலவீனமாகப் புகார் சொன்னாள். நரேந்திரன் அவளைச் சேர்த்தணைத்தான். கட்டிப் பிடித்துக்கொண்டு நெஞ்சில் படுத்திருக்கையில் அவள் ஏஞ்சலாவை நினைவுபடுத்தினாள். நரேந்திரனுக்குக் குற்ற உணர்வு உண்டானது. அவனுக்கு ஏஞ்சலாவை முன்பே சந்தித்திருக்கலாம். காதலித்திருக்கலாம். திருமணம் செய்திருக்கலாம். அவளது குழந்தைகளுக்குத் தகப்பனாகியிருக்கலாம். அப்படிச் செய்திருந்தால் ஏஞ்சலா கொல்லப்பட்டிருக்கமாட்டாள். அவனுக்கும் அலெக்சாண்டருக்கும் சிறைக்குப் போகவேண்டி வந்திருக்காது. காலையில் அவன் ஐரினை எழுப்பி, முத்தம் கொடுத்துச் சமாதானப்படுத்தி அவன் மென்மையாகச் சொன்னான்:

"அங்கிள் ஒரு விசயம் சொன்னால் என் தங்கம் அழக்கூடாது."

ஐரின் அழுவதற்கு வாய் திறந்தாள்.

"அழாதே. நீ ஏஞ்சலாவோட பொண்ணு இல்லையா? மம்மிக்கு அழறது பிடிக்காதுன்னு தெரியுந்தானே?"

அவள் கண்ணைத் துடைத்துக்கொண்டு அழுகையை விழுங்கினாள். பின்னர் அவன் அதைச் சொன்னான்: 'தங்கம் கொஞ்சநாளைக்கு புவர்ஹோம்ல இருக்கணும். அங்கிள் சீக்கிரமா வருவேன். அப்புறம் ரண்டுபேரும் சேர்ந்து அக்காவக் கூட்டிட்டு வந்து பிரியாணி ஹவுஸ்க்கும் பார்க்குக்கும் போயி, பீச்சுக்கும் சினிமாவுக்கும் போயி பழையமாதிரி செமயா எஞ்சாய் பண்ணலாம்..."

ஐரின் அவனை உற்றுப்பார்த்தாள். சிரிக்கவில்லை. அழவில்லை. அவன் சொன்னதை நம்பவும் இல்லை.

"அங்கிள் என்னைக்கு வருவீங்க?" உயிரற்ற குரலில் அவள் கேட்டாள்.

"என்னைக்கு வரணும்?"

உயிரற்ற குரலில் அவன் கேட்டான்.

"ஹேப்பி பர்த்டேக்கு."

ஐரின் முணுமுணுத்தாள்.

“ஹேப்பி பர்த்டேக்கு.”

அவனும் முணுமுணுத்தான்.

கருநீலம்

மிகவும் விசித்திரமான ஒரு காதல் அனுபவத்தைத்தான் நான் விவரிக்கப்போகிறேன். ஒரு விசயத்தை முன்பே சொல்லிவிடுகிறேன். சதி சாவித்திரிகளும் கண்ணியமான உத்தமபுருஷர்களும் இதை வாசிக்காதீர்கள். வாசித்தால் ஏற்படக்கூடிய ஒழுக்க மீறல்களுக்கு நான் பொறுப்பல்ல. தெரியும்தானே. கற்பு என்ற சங்கதி பரவலாக மாசடைந்து வருகின்ற காலம் இது. கற்பு மருந்துக்கும் இல்லை. கணவன்மார் வீட்டில் இல்லாத நேரத்தில் மனைவிமார் மின்னஞ்சல் வழியாகவும் அலைபேசி மூலமும் தொலைபேசி வழியாகவும் என்னென்னவோ ஒழுக்கக்கேடுகளைச் செய்துவிடுகிறார்கள். வேறொரு அழகியைத் தொடாத ஸ்ரீராமச்சந்திரன்களுக்கும் தொட்டால் சுடுகின்ற சதி இரத்தினங்களுக்கும் அடியோடு வம்ச நாசம் வந்துவிட்டது. அதிலெல்லாம் எனக்கும் நிறைய வருத்தங்கள் உண்டு. உலகம் இவ்வளவுதூரம் மாசடைந்தும்கூட ஒழுக்கத்தின் நூலிழைப் பாலத்தின் வழியாக அடி தவறாமலும் பாதம் இடறாமலும் சிரமப்பட்டு நடக்கின்ற விரல்விட்டு எண்ணக்கூடிய நற்குடிக் குலமகள்களைப் போற்றுகின்ற கதைகள் எழுதவேண்டுமென்ற ஆத்மார்த்தமான ஆசையும் உண்டு. ஆனால், என்ன செய்வது, கதை வாழ்க்கை இல்லையே. வாழ்க்கையை நாம் எப்படி வேண்டுமானாலும் முடித்துக்கொள்ளலாம். கடைசி வரைக்கும் பாதுகாத்து வைத்தது எங்கே என்று ஒரு நாயும் கேட்கப்போவதில்லை. ஆனால், கதை வேறு, வாழ்க்கை வேறு. காகிதத்தில் கதையின் பாதை, பாறைமேல் பாம்பின் பாதைபோன்றது. விரும்பிய பாதையில் ஊர்ந்துசெல்லும். வழி தப்பினால் வாசகர்கள் வாள் எடுப்பார்கள். போகிறவர் வருகிறவர்களெல்லாம் உள்ளே புகுந்து விமர்சனம்

செய்வார்கள். அது எதுக்கப்பா அவ்வளவு தொந்தரவு? அதனால், இது கதை இல்லை. மாறாக புகைகின்ற ஓர் அனுபவம்.

அனுபவமாக இருப்பதால் நேர்மை அவசியம். நேர்மை அதிகரிக்கும் இடத்தில் ஒழுக்கம் குறையும். தொடர்ந்து வாசிப்பதற்கு முன்பு - எச்சரிக்கை - இன்னும் நேரமிருக்கிறது. பக்கத்தை இங்கேயே மூடலாம். இல்லையென்றால் புரட்டலாம். அவனவனுடைய கற்பும் மன நிம்மதியும் கீழே விழுந்துவிடாமல் இறுகப் பற்றிக்கொள்ளவேண்டியது வாசகருடைய பொறுப்பாகும். குழந்தைகள், கர்ப்பிணிகள், இதய நோயாளிகள், என் கணவர் முதலானவர்கள் மேற்கொண்டு வாசிப்பது துளியும் விரும்பத்தக்கதல்ல.

மன உறுதி உள்ளவர்கள் மட்டும் தொடர்ந்து வாசிக்கலாம்.

ஒன்று

சொன்னேனில்லையா. காதல் அனுபவம். அதுவும் புகைகின்ற ஓர் அனுபவம். நான் அவனைக் காதலித்தேன். பெயரைச் சொல்லமாட்டேன். வெளியில் சொன்னால் கணவர் என்னைக் கைவிட்டுவிடுவார். என் குழந்தைகள் இரண்டாம் தாயின் வசவுகளைச் சகித்துக்கொள்ள வேண்டிவரும். உறவினர்களும் நண்பர்களும் என்னை வெறுப்பார்கள். சிலசமயம் கணவர் விஷம் கொடுத்துக் கொன்றுவிடுவார். அதில் ஒன்றும் எனக்குக் கவலை இல்லை. மரணம் எனக்கு ஒரு பிரச்சனையே அல்ல. இந்தப் பிறவி முடிந்தால் அடுத்தது. அவ்வளவுதான். ஆனால், அவனைப்பற்றி நினைக்கும்போது தாங்க முடியவில்லை. மிகமோசமான பலவீனம். அவன் பாவம், இந்தப் பிறவியில், ஒருவிதத்தில் முந்தைய ஜென்மங்களிலும் வலியைத் தாங்கிக்கொண்டவன். லௌகிக வாழ்க்கையைச் சகிக்க முடியாமல் துறவை ஏற்றவன். அப்படிப்பட்ட ஒருத்தனைச் சம்சார சாகரத்துக்குள் இழுத்துவிடவேண்டுமா? சுறாக்களுக்கு இரையாக்கவேண்டுமா? வேண்டாம். அதனால் மன்னித்துக்கொள்ளுங்கள். இல்லையென்றாலும் ஒரு பெயரில் என்ன இருக்கிறது?

எங்களுடைய காதலைப்பற்றிச் சொல்கிறேன். தவறாக நினைக்காதீர்கள். இது என்னுடைய முதல் காதல் ஒன்றுமில்லை. நான் எல்லாக்காலத்திலும் காதல் வயப்பட்டிருந்தேன். கல்யாணத்துக்கு முன்னும் பின்னும். எனது காதல் உக்கிர விஷமுள்ள ஒரு சோம்பேறிப் பாம்பு. வளைந்து சுற்றிச் சொந்த உடலையே மெத்தையாக்கி எத்தனையோ காலம் தக்க சமயம் பார்த்துக் காத்துக்கிடந்தது, யாருக்காகவோ. யார் என்று தெரியவில்லை. யாரோ ஒருத்தன். நான் தீண்டினால்

செத்துப்போகாத ஒருத்தன். இயல்பாகவே நீலநிறமானவன். மூன்று கண்கள் உள்ளவன். பார்த்ததில்லை, ஒருபோதும். பார்த்ததெல்லாம் போலி வாசுதேவன்கள். அழுத்தி முத்தமிட்டால் நீலநிறம் காணாமல் போகக்கூடியவர்கள். எப்போதும் எனக்கு ஆள் தப்பிப்போனது. பாம்பு சட்டை உரிப்பதுபோன்று ஒவ்வொரு உறவையும் நான் உதறினேன். பிடித்து நிறுத்துவதற்கு முயற்சித்தவர்களுக்குப் பழையதாகிப்போன புறச்சட்டையை விட்டுக்கொடுத்தேன். என்னை யாரும் பார்க்கவில்லை. யாரும் தொடவில்லை. நான் கழற்றிவிட்ட சட்டைகளின் நீளத்தையும் அகலத்தையும் அளந்து, ஐயய்யோ விட்டுத்தொலைந்தது எவ்வளவு பெரிய விஷப்பாம்பாய் இருந்திருக்கிறது என்று அவர்கள் நிம்மதியடைந்தார்கள். எனது கண்ணாடி போன்ற சட்டைகளில் இருந்த வெள்ளிப்புள்ளிகள் அவர்களுடைய வாழ்க்கையின் கொல்லைப்புறங்களில் வெயிலில் மின்னின.

அது கிடக்கட்டும். எங்களைப்பற்றிச் சொல்கிறேன். மிகவும் காலதாமதமாகத்தான் நாங்கள் சந்தித்துக்கொண்டோம். அப்போதே அவன் துறவி ஆகியிருந்தான். நான் திருமணம் முடித்து இரண்டு குழந்தைகளுக்குத் தாயாக இருந்தேன். எதிரெதிர்ப் பாதைகளில் வெகுதொலைவு சென்றுவிட்ட இரண்டுபேர். அத்தனை தொலைவுகளையும் திரும்பி நடக்கவேண்டும். ஒன்று சேர்ந்து மீண்டும் புறப்படவேண்டும். அது முடியுமானால். ஆனால் முடியாது. முடியுமென்றால், மனிதர்கள் அவ்வளவு தொலைவுகளைத் திரும்பி நடக்கமாட்டார்கள்.

நாங்கள் ஒருவரையொருவர் கண்டுபிடித்தது எப்படி என்று சொல்கிறேன். என்னுடைய குடும்பச் சொத்து பாகம் பிரித்தபோது கொஞ்சம் பணம் என் கைக்கு வந்தது. ஒரு நாலுகட்டு வீடு வாங்குவதற்காக நான் கணவரை நச்சரித்தேன். நான் பிறந்து வளர்ந்த வீடு போன்ற ஒன்று. தலை குனிந்தால் மட்டுமே உள்ளே நுழையக்கூடிய அளவு உயரம் குறைந்த கதவுகளும் கை நீட்டினால் கூரையைத் தொடக்கூடிய அளவு தாழ்ந்த மேல் கூரைகளும் உள்ள ஒன்று. என்னுடைய வீடு அப்படித்தான் இருந்தது. அதற்குள் எப்போதும் குளிர்ச்சியும் காற்றுமாக இருந்தது. ஆற்றிலிருந்து வரும் காற்று தென்புறச் சன்னல் வழியாக உள்ளே ஓடிவரும். வெளியே போக வழி தெரியாமல் சுற்றியலையும். அந்த வீடு இப்போது இல்லை. அது இடி விழுந்து எரிந்துபோனது. ஒரு கோடியிலிருந்து தீ படரும்போது நானும் அம்மாவும் தங்கைகளும்

கிடைத்ததை எடுத்துக்கொண்டு வெளியே ஓடினோம். வடகிழக்குப் பருவமழைக்காலம். மழை, ஒரு துளிக்கு ஒரு குடம் வீதம் பெய்தது. இருந்தபோதும் எங்களுடைய வீடு அணையவில்லை. அது பெருமழையோடு போராடி எரிந்து எரிந்து சாம்பலானது. அதனுள் என் அப்பா வெந்துபோனார். வீட்டின் ஸ்தானம் சூனியமானது. அப்பாவின் ஸ்தானம் அதைவிடச் சூனியமானது.

அதுபோன்ற ஒரு வீட்டைத்தான் நான் ஆசைப்பட்டேன். பலமுறை பத்திரிகைகளில் விளம்பரம் கொடுத்தோம். விற்பதற்கு விருப்பமுள்ளவர்களின் நிறைய கடிதங்கள் வந்தன. நாங்கள் ஒவ்வொன்றாக நேரில் சென்று பார்த்தோம்.

“இதை வாங்கினா என்ன?”

ஒவ்வொரு வீட்டையும் பார்த்துக் கணவர் உற்சாகத்தோடு கேட்டார்.

“வேண்டாம்...”

ஒவ்வொரு முறையும் நான் சொன்னேன்.

“இதுவல்ல என்னோட மனசுல இருக்கறது....”

“உன்னோட மனசுல இருக்கறது உன்னோட மனசுலயேதான் இருக்கும். அது ஒரு ஃபேண்டஸி...”

சிலவற்றைப் பார்த்தபிறகு அவர் குற்றம் சாட்டினார்.

எங்கேயோ அந்த வீடு இருக்கிறது. எனக்குத் தெரிந்திருந்தது. மனதில் உள்ள அதே வீடு. தென்புறம் சர்ப்பக்காவும் கிழபுறம் கிளுவை மரத்தில் முல்லைப் பூக்காடும் உள்ள ஒன்று. இரவில் தென்புறச் சன்னலைத் திறந்து வைத்தால் பறவைகளின் தூக்க முணுமுணுப்பும் பாம்புகளின் மோகப் பெருமூச்சுகளும் கேட்கக்கூடிய ஒன்று. வேடிக்கை என்னவென்றால், அவன் அங்கே இருப்பானென்று எனக்குத் தெரிந்திருந்தது. ஆமாம். எனக்கு அதெல்லாம் முன்பே தெரியும். எல்லாம். தெரியாதிருந்தது அவனுக்குத்தான். பாவம். அறிவின்மையின் மெத்தனத்தால் ஒட்டுதலின்றி வாழ்ந்தான். நிறைய அறைகள் உள்ள அந்த நாலுகட்டு வீட்டில் தனித்து வாழ்ந்தான். விலை கேட்பதற்காக நான் அங்கே தேடிச்சென்றும்கூட அவன் என்னை அடையாளம் காணவில்லை.

வேறொரு வீடு பார்ப்பதற்காகத்தான் நாங்கள் அந்தத் திசையில் சென்றோம். எனக்கு அது பிடிக்கவில்லை. திரும்பி வரும்போது தரகர் சொன்னார்:

“பக்கத்துல வேறொண்ணு இருக்குது... மேடத்துக்கு ஒருவேளை பிடிக்கலாம்... உரிமையாளன் ஒரு சன்னியாசி... ஆனால், என்ன பண்ணறது, அந்த ஆளு அதை விற்கமாட்டான்...”

“நாம போயி பார்க்கலாம்... ஒருவேளை சன்னியாசி விற்கத் தயாராயிட்டா?”

நான் கட்டாயப்படுத்தினேன்.

இறுதியில் ஒரு முயற்சிக்கு கணவன் தயாரானார். தரகர் சொன்ன வழியில் அவர் காரைச் செலுத்தினார். வாசல்படிக்கு முன்னால் கார் நின்றது. ஒரு பார்வையிலேயே எனக்கு மயிர்க்கால்கள் சிலிர்த்தன. இதேதான். இடமும் வீடும். வெட்டி எடுத்த செங்கற்களால் கட்டிய வாசல்படி. வளைந்த வாயில். தார் போடாத கிராமத்துப் பாதை. எதிரில் நெல் வயல். மண் பாதையின் ஓரத்தில் பொடி மீன்கள் நீந்துகின்ற வாய்க்கால்.

வயலில் இருந்து சேற்று வாசனையுள்ள காற்று. தோட்டத்துக்குள் வடக்குப்பக்கம் ஒரு வழி இருக்குமென்று நான் நினைத்தேன். அது ஆற்றுக்குப் போவதாக இருக்கும். ஆற்றில் வயலை ஒட்டி அடர்ந்து வளர்ந்த தாழைக் காடும் இருக்கும். யாருமில்லாத நேரத்தில் ஆடி அசைந்து வெளியே வருகின்ற நீர்க்கோழி இருக்கும். தாழைகளில் இந்த நேரத்துக்குப் பூ விரிந்துகொண்டிருக்கும். தாழை பூக்காமலேயே நறுமணத்தை நான் அறிந்தேன். எனது நரம்புகள் அதிர்ந்தன.

நாங்கள் படிக்கட்டுகளில் ஏறினோம். தோட்டம் முழுவதும் மரங்களும் குளிர்ச்சியும் நிறைந்திருந்தன. மாலை மங்குகிறது. பச்சை நிறமுள்ள இருட்டு. கூடு அடைவதற்கு அவசரப்பட்டுப் பறவைகள் சிறகடித்தன. மங்குகின்ற வெளிச்சத்தில் தொலைவில் தாழ்வாரத்தில் அவனை நான் பார்த்தேன். தரையில் பாயில் உட்கார்ந்திருக்கிறான். முன்னால் ஹார்மோனியம். ஏழெட்டு சின்னஞ்சிறுசுகள். இசைவகுப்பு. ஹார்மோனியத்தை இடக்கையால் பிடித்துக்கொண்டு தலை சாய்த்து அவன் எங்களைப் பார்த்தான். கணவரும் தரகரும் தாழ்வாரம் வரைக்கும் சென்று முற்றத்தில் நின்று அவனுடன் பேசினார்கள். நான் போகவில்லை. படிக்கட்டுக்கு இந்தப்பக்கம் முல்லை படர்ந்த கிளுவை மரத்துக்குப் பக்கத்தில் நின்றேன்.

முல்லை சிலிர்ப்புற்றது போன்று பூத்தது. ஒரு துடுப்புவால் கரிச்சான் பறவை நீட்டிப் பாடியது. வாலிலிருந்து தொங்கிக்கொண்டிருக்கும் அலங்காரச் சிறகுகளைக் குலுக்கிப் பறந்தது.

அவன் அப்போது எழுந்தான். காவி வேட்டிதான் கட்டியிருந்தான். காவித் துண்டை மேலே போட்டிருந்தான். நெஞ்சு வரைக்கும் நீண்ட தாடியும் தோள் வரைக்கும் நீண்ட முடியும். முகத்தை நான் பார்க்கவில்லை. பார்க்கவேண்டும் என்று தோன்றவில்லை. என்னுடைய நரம்புகளில் குருதி பாய்ந்தது. நான் அவசரமாகப் படியிறங்கினேன். காரைத் திறந்து முன் இருக்கையில் ஏறி உட்கார்ந்து மூச்சுவாங்கினேன். எனக்கு அழுகை வந்தது. கொடும்பகை தோன்றியது.

அப்போது கணவரும் தரகரும் திரும்பி வந்தனர்.

"சன்னியாசி வீட்ட விற்கிறதா இல்லை... எதோ ஒரு ஆசிரமத்துக்கு நன்கொடையாக் கொடுத்துட்டாரு."

நான் ஒன்றும் சொல்லவில்லை. கணவர், அவனைப் பற்றிய மதிப்பை வெளிப்படுத்தினார். அறிஞன், சாத்விகன், பணக்காரன். ஆனால், மனம் துறவில். முகத்தில் என்னவொரு பொலிவு. குரலில் என்னவொரு சாந்தம். வெறும் துறவியல்ல.

"நாம போலாம்..."

நான் வெறுப்போடு சொன்னேன்.

"எனக்குத் தலை வலிக்குது..."

கணவர் வண்டியைச் செலுத்தினார். நான் கண்களை இறுக மூடினேன். வலி உண்மையாகவே இருந்தது. ஆனால், தலையில் அல்ல. நெஞ்சிலும் அடிவயிற்றிலும். தீவிரமான வலி. வலியல்ல. அதிதீவிரமான ஆசை. பச்சை இறைச்சியில் தீப்பொறி காந்திப் பற்றிக்கொள்வது போன்றதொரு ஆசை. எனக்குக் கருத்தரிக்கவேண்டும். பெற்றுப்போடவேண்டும். ஒரு மகன். அவனுடைய மகன். நான் தியானித்தேன். அவனுடைய முகம். அவனுடைய உருவம். எப்படி இருப்பான் அவன்? என்னவாக இருப்பான் அவன்? துறவியின் விந்து. வேசியின் கருமுட்டை. விரக்தியும் பெருவிருப்பும் சரிக்குச் சரியாய்.

புரிந்ததல்லவா, நான் மகா கெட்டவள்.

இரண்டு

கல்யாணம் ஆகாதவனுக்குப் பார்க்கும் திறன் கூடும். கல்யாணம் ஆனதும் அது குறைந்துபோகும். காதலனாக இருக்கும்போது, என் கணவர் என் வலது கை சுண்டுவிரலில் இருக்கும் ஒரு சிறிய மச்சத்தைக் குறித்து நான்கைந்து உபன்யாஸங்களை எழுதினார். அந்த மச்சத்துக்கு வந்த வாழ்வைப் பார்த்தீர்களா! தேவையில்லாமல் கொஞ்சிக் கொஞ்சி அது ஒரு இயக்கமாக ஆகிவிட்டது, கல்யாணம் வரைக்கும். தாலி கழுத்தில் ஏறியவுடனே அது மீண்டும் மச்சமாகிவிட்டது. அவர் அதற்குப் பிறகு ஒருபோதும் அதைப் பார்க்கவில்லை.

சொன்னேனில்லையா, கல்யாணம் ஆகிவிட்டால் பார்க்கும் திறன் குறைந்துபோகும். அந்த மச்சத்தையும் அந்த மச்சத்தைப் பற்றிச் சொன்ன கவித்துவம் ததும்பும் வார்த்தைகளையும் எங்களுடைய காதலையும்கூட அவர் மறந்துவிட்டார். கல்யாணம் ஆகிவிட்டால் நினைவுத்திறனும் குறைந்துபோகும்.

எங்களுக்குத் திருமணம் ஆகிப் பதின்மூன்று வருடங்கள் ஆகின்றன. கணவரின் பார்வைத்திறனை அனுமானிப்போம். பக்கத்தில் இருப்பது எதையும் பார்க்கமாட்டார். என்னுடைய முகத்தையோ முகபாவத்தையோ அவர் பார்த்ததில்லை. நான் நிலைகொள்ளாமல் இருந்தேன். கூடையில் அடைத்துவைத்த பாம்பின் அவஸ்தை. மகுடியின் அழைப்பு கேட்கிறது. வெளியே குதிக்கவேண்டும். ஓசைவந்த இடத்தை நோக்கி ஊர்ந்து செல்லவேண்டும். ஆனால், எப்படி? வீட்டில் நான்கு சுவர்களுக்கு உள்ளே நான் அலைந்துகொண்டிருந்தேன். இரண்டு

பெண் பிள்ளைகளையும் திட்டினேன். அடக்க ஒடுக்கம் பத்தாதென்று குற்றம் சாட்டினேன். பெண் பிள்ளைகளுக்கு நன்னடத்தைதான் பெருஞ்செல்வம் என்று நினைவுவூட்டினேன். இருந்தாலும் அறையைத் தாழிட்டுக்கொண்டு நான் படுக்கையில் புரண்டுகொண்டிருந்தேன்.

எனக்கு அவனைப் பார்க்கவேண்டும். ஆனால், எப்படி? எங்களுக்கு இடையில் ஒரு பகலின் தூரம். நீண்ட பயணத்தின் இடைவெளி. அவன் வீட்டை விற்கவில்லை. அதை ஏதோ ஆசிரமத்திற்குக் கொடையாகக் கொடுத்துவிட்டான். இனி என்ன காரணத்தைச் சொல்லிப் போவது? எனது தலை புகைந்தது.

"நீ என்ன யோசிச்சுக்கிட்டு இருக்கே?"

கணவர் கேட்டார்.

"நல்ல வீடா இருந்துச்சு..."

"ஓ... அதை இன்னமும் மறக்கலையா?"

நான் கண்களை இறுக மூடினேன். இல்லை. மறக்க முடியவில்லை. எப்படி மறப்பேன்? கண் மூடினால் முல்லை தெரிகிறது. தாழ்வாரம் தெரிகிறது. ஜடாமகுடத்தைக் காண்கிறேன்.

"சன்னியாசி அதை விற்கமாட்டாரு. வித்தாலும் நமக்கு வேண்டாம். அவருக்குப் பின்னாடி அந்த வீட்டுல ஒரு குழந்தையும் பிறக்கல..."

என் கண்கள் திறந்தன. வயிறு துடித்தது.

"நாம இன்னொருதடவ போகலாம்... கேட்டுப் பார்க்கலாம்."

"வேற வேலையில்லையா!"

கணவர் கோபித்தார்.

நான் அவர் அருகே நகர்ந்து படுத்தேன். அவரைக் கட்டியணைத்தேன்.

"ப்ளீஸ்..."

"உன்னால தோத்துப்போனேன்..."

"விற்காட்டி வேண்டாம். நாம அந்த வீட்ட கொஞ்சம் பார்க்கலாம். அதுமாதிரி ஒரு வீட்ட கட்டிக்கலாம்."

அவர் சம்மதித்தார். சம்மதிப்பார். எனக்குத் தெரியும். சம்மாதிக்காமல் இருக்கமுடியாது. காரணம், இது கதையல்ல. வாழ்க்கை. அனுபவித்து எழுதுவது கதை. எழுதப்பட்டதை அனுபவிப்பது வாழ்க்கை. அது, வாழ்க்கையின் சிரமம். கதையின் சுதந்திரம்.

அதுகிடக்கட்டும். கணவர் வந்தார். நாங்கள் திரும்பவும் அங்கே சென்றோம். அதே வீடு. வாயிற்கதவு, கிளுவை மரம். முல்லை. பறிப்பதற்கு யாருமில்லாத ஒரு நூறு பூக்கள். வாயிற்கதவுக்கு உள்ளே இன்னொரு உலகம். காலம். வெளியே மாலை வெயில். உள்ளே மங்கும் அந்தி. வெளியே சந்தைக்குப் போய்த் திரும்புபவர்களின் ஆரவாரம். உள்ளே, கூடு அடைந்த பறவைகளின் மௌனம்.

கணவர் முன்னால் நடந்தார். நான் பின்னால் மெதுவாக...... முற்றத்தில் ஆள் உயரம் வளர்ந்த துளசிகள். திண்ணையில் பறித்துவைத்த மந்தாரை. தோட்டத்தில் பாரிஜாதம் விரிகிறது. காற்றில் அதன் நறுமணம். எனக்கு நெஞ்சு படபடத்தது. பசி வந்தது போன்று வயிறு எரிந்தது.

கணவர் அழைப்பு மணியில் விரல் வைத்து அழுத்தினார். காலம் தாழ்த்தாது அவன் வந்தான். ஆஜானுபாகு. காவி வேட்டி, காவித் துண்டு, நெற்றியிலும் நெஞ்சிலும் திருநீறு, நீண்ட முடி, நீண்ட தாடி. தாடியில் கொஞ்சம் நரை.

"நீங்களா?"

அவன் சிரித்தான். கணவர் கைகூப்பி வணங்கினார்.

"வாங்க... உட்காருங்க..."

அவன் உள்ளே அழைத்தான்.

"என்னை ஞாபகம் இருக்குதானே?"

கணவர் கேட்டார்.

"ஆமாம்..."

நான் அவனை உற்றுப்பார்த்தேன். புதிதாக ஒன்றுமில்லை. மரத்தாலான இந்த வீடு. அவன். ஒளிரும் சிரிப்பு. தியானிக்கின்ற கண்கள். போர்த்திய துண்டுக்கு உள்ளே ரோமம் நிறைந்த தோள்கள்.

உயரம் அதிகமானதால் தோளைக் குறுக்கி நிற்கிறான். எல்லாம் எனக்கு எப்போதோதெரியும்.

என்னை அவன் பார்க்கவில்லை. நான் என்ற ஒருத்தி இருப்பதாகக்கூடக் கண்டுகொள்ளவில்லை. எனக்குக் கவலையோ கோபமோ தோன்றவுமில்லை. அவன் கவனித்தாலும் கவனிக்காவிட்டாலும் நான் இருக்கிறேன். நான் இதற்கு முன்பும் இருந்தேன். நெடுங்காலமாக, பல ஜென்மங்களாக இருக்கிறேன். அவன் என்னையும் நான் அவனையும் தேடினோம். எனக்கு அது தெரியும். அவனுக்குத் தெரியாது. ஆனால், அவன் அதை அறிந்துகொள்வான். அறிந்துகொள்வான் என்பது எனக்குத் தெரியும்.

“வீட்டை விற்கமாட்டீங்க, இல்லையா?”

கணவர் கேட்டார்.

அவன் திரும்பவும் சிரித்தான்.

“என் வைஃபுக்கு இந்த வீடு ரொம்பப் புடிச்சுப்போச்சு. உள்ளுக்குள்ள கொஞ்சம் பார்த்துக்கட்டுமா?”

“அதுக்கென்ன, வாங்க.”

அவன் உள்ளே செல்ல வழிகாட்டினான்.

“பெரும்பாலும் பூட்டியே கிடக்கும். மாதத்துக்கு ஒண்ணு ரண்டு தடவைதான் பெருக்கிச் சுத்தம் பண்ணுவோம். அதனால குப்பையா இருக்கும்.”

மரப்படிக்கட்டுகள் ஒன்றில் இடித்துக் கணவர் கால் இடறினார்.

“பார்த்து. பழைய வீடு. தலைய இடிச்சுக்காதீங்க...”

நான் அதை அகங்காரத்தோடு புறக்கணித்தேன். எனக்குக் கற்றுக்கொடுக்க வேண்டாம். வரவேற்பறையைக் கடந்தால் நடுக்கூடம். நடுக்கூடத்தின் தாழ்வாரத்தில் இறங்கினால் நடு முற்றம். நடுவில் துளசி மாடம். மழையின்போது துத்தநாகத் தகட்டில் மழைநீர் விழுகின்ற சலசலப்பு. எனக்குத் தெரியும். ஏற்கெனவே தெரியும்.

கணவர் மரக்கதவில் உள்ள வேலைப்பாடுகளைக் குறித்து ஏதோ கேட்டார். அவன் சொல்வதற்காகத் திரும்பி நின்றான். வழிகாட்டி தேவைப்படாமல் நான் முன்நோக்கி நடந்தேன். வடக்கு

வாயில். சமையல்கட்டுக்கு இந்தப்பக்கம் ஆட்டுக்கல்லும் உரலும் வைத்திருக்கும் நடுக்கூடத்திலிருந்து செல்லும் வடக்கு வாயில். நான் தாழ்ப்பாளில் கை வைத்தேன். சட்டென்று அவன் தலை திருப்பி என்னைப் பார்த்தான்.

"அதைத் திறக்கறதில்லை. திறக்கவும் முடியாது."

அவன் என்னிடம் வந்தான்.

"எனக்கு ஆறு பார்க்கணும்..."

நான் சொன்னேன்.

அப்போது அவன் என்னைப் பார்த்தான். ஒரு கணம். அவனுடைய கண்களில் பளபளக்கும் பச்சைப் பட்டுப்புடவை உடுத்தி, தலைமுடியைப் பின்னால் முடிந்து வைத்த பெண் உருவத்தை நானும் பார்த்தேன். அவ்வளவுதான். அவன் பார்வையை விலக்கினான்.

"முன்பக்கக் கதவு வழியா சுற்றிப் போங்க... அதுதான் சுலபம்." அவன் சொன்னான். எனக்குச் சட்டெனக் கோபம் வந்துவிட்டது. என்னைக் குறைத்து மதிப்பிடுகிறான் என்ற எண்ணம். கதவைத் திறக்க முயற்சிக்கக்கூட இல்லை. என்னை அவமானப்படுத்துகிறான். நான் கதவில் கை வைத்தேன். தாழ்ப்பாளை ஆட்ட முயன்றேன். முழங்கையால் பலகையைத் தட்டினேன்.

"திறக்கவேண்டாம்... திறந்தா அடைக்க முடியாது."

அவன் தடுத்தான்.

ஆனால், சொல்லி முடிக்கவில்லை. அதற்கு முன்பே அற்புதம், தாழ்ப்பாள் நகர்ந்தது. கதவு திறந்தது. அவன் சற்றே திடுக்கிட்டான். திரும்பவும் அலட்சியமாகச் சிரித்தான்.

"ஓ... திறந்துட்டீங்களா?"

"திறந்துட்டேன்..."

நான் வெற்றியாளினியாக நின்றேன்.

"ரொம்ப வருசம் ஆச்சில்லையா, அடிப்பாகம் இத்துப்போய் இருக்கும்..."

அவன் கதவுக்கு நியாயம் சொன்னான்.

நான் பதில் சொல்லவில்லை. மாறாக முற்றத்தில் இறங்கினேன். கிளிமூக்கன் மாமரங்களின் இருள். மாமரங்களுக்கு அந்தப்பக்கம் பூவரசு. அதற்குப் பின்னால் முள் வேலி. அதற்கு அந்தப்பக்கம் ஆறு. கரைகளில் தாழைக் காடுகள். தாழை பூத்துக்கிடக்கிறது. ஆற்றில் இருந்துவரும் காற்று. பூப்போல மெல்லியது. பூமணம் நிறைந்தது. கட்டவிழ்ந்தது போன்று நான் சுதந்திரமடைந்தேன். எங்கே சர்ப்பக்காவு? எங்கே நாவல் மரம்?

நான் காவை அடைந்தேன். பசுமையாக விரித்து வைத்த ஒரு குடை. நாகதந்திச் செடியிலிருந்து தொங்கி அசைந்துகொண்டிருக்கும் கொடிகள். எனக்குக் கொடிகளுக்கு இடையே நுழைந்து உள்ளே போகவேண்டுமென்று தோன்றியது. என்னவொரு குளிர். நனைந்த இலைகள். ஈரமான மண். தரையில் வெறும் தரையில் படுத்தால் எப்படியிருக்கும்? தரைப் புற்களில் இருந்து வெட்டுக்கிளிகள் துள்ளிக் குதிக்கும். என் உச்சந்தலை மீது. அங்கிருந்து நெற்றியின்மீது. பிறகு மார்பின்மீது. ஒருவேளை ஒரு குட்டிப் பாம்பு எனது வயிற்றில் முட்டை பொரிந்து வெளியே வருவான். கருமை நிறமுள்ள ஒருவன். அவன் முகத்தை நான் கற்பனை செய்தேன். சிவந்த இரட்டை நாக்கு. முளைக்கின்ற பால் பற்கள். அந்தச் சமயத்தில்தான் அது நடந்தது. சொன்னால் நீங்கள் நம்பமாட்டீர்கள். யோசித்துப்பார்த்தால் எனக்கும் நம்பிக்கை வரவில்லை. அதுதான் கதைக்கும் வாழ்க்கைக்கும் இடையிலான வேறுபாடு. வாழ்க்கை, என்றோ எழுதப்பட்ட கதை. என்னை அந்தச் சமயத்தில் உண்மையாகவே பாம்பு கடித்துவிட்டது. இடது காலில், சிறு வயதில் கொலுசு அணிகின்ற இடத்தில். அது நாகபாம்பாக இருக்கும் என்று நினைக்கிறேன். நான் பார்க்கவில்லை. காலில் இரண்டு குட்டிப் பற்கள் ஆழ்ந்தன. அவ்வளவுதான். நான் நின்ற இடத்திலேயே நின்றுகொண்டிருந்தேன். ஆனால், வெகுதூரம் ஓடியது போன்று வியர்த்தது. கடிபட்ட இடத்தில் ஒரு திரியைக் கொழுத்தி வைத்தது போலத் தோன்றியது. அது எரியத்தொடங்கியது. வியர்த்து வழிந்துகொண்டிருந்தபோதும் நான் நின்று எரிந்தேன்.

மழையில் என் வீடு பற்றி எரிந்ததுபோன்று.

மூன்று

பின்னர் எனக்குப் புரிந்தது. எந்தக் காதலுக்கும் ஒரு தூதுவன் வேண்டும். காதலி, காதலனிடத்தில் மனதை வெளிப்படுத்துவதற்கு ஒரு நடுவன். எனக்குத் தூது சொன்னது இந்தப் பாம்பு.

நினைவு வந்தபோது நான் அவனுடைய தாழ்வாரத்தில். கண் திறந்தபோது பார்த்தது அவனுடைய முகம். நான் அவனை மிக நெருக்கத்தில் பார்த்தேன். கண்களில் ஆழம். உயர்ந்த மூக்கு. பிடிவாதக்காரனின் ஒட்டுதலின்மை. மகரிஷியின் சாந்தம். எனது காயத்திற்கு மேல்பக்கம் இறுக்கமாகக் கட்டுப்போட்டுக்கொண்டிருந்தான் அவன். பின்னர் காயத்தை நோக்கி முகம் தாழ்த்தி ரத்தத்தை உறிஞ்சி எடுத்து வெளியே துப்பினான். எனக்கு வலித்தது. அந்த வலியில் நான் ஆனந்தம் கொள்ளவும் செய்தேன். கண்ணாடி வழியாகப் பார்ப்பது போன்று நான் பார்த்தேன். எனது காலடியில் துறவியின் முகம். அவனுடைய உதடுகளில் எனது ரத்தம். வினோதமான காட்சி. விசித்திரம். நான் சொன்னேனில்லையா, இந்தக் காதல் இப்படித்தான். அடிமுதல் முடிவரை விசித்திரம். ஆச்சரியம்.

"கீதா... கீதா."

கணவர் பதற்றத்துடன் அழைத்தார்.

"கண்ணு முழிச்சிட்டாங்க. பயப்படறதுக்கில்லை."

அவன் சொன்னான்.

"விஷம் மேல ஏறல. அது அதிஷ்டம். உடனே டாக்டர்கிட்ட கூட்டிட்டுப் போங்க..."

காரை வாசலுக்குக் கொண்டுவருவதற்காக வடக்கு வாசல் கேட்டின் சாவியை அவன் கொடுத்தான். கணவர் காரை எடுத்துவரப் போனார். எனது மயக்கம் முழுமையாகத் தெளிந்தது. அவன் திண்ணைமேல் இருந்த கிண்டியில் இருந்து தண்ணீரை எடுத்து வாயிலிருந்த எனது ரத்தத்தைக் கழுவுவதையும் முகத்தைக் கழுவித் தன்னைத்தானே சுத்திகரிப்பதுபோன்று தலையிலும் தண்ணீரைத் தெளிப்பதையும் பார்த்துக்கொண்டு நான் படுத்திருந்தேன். குளிர்ந்த காற்று வீசியது. முல்லையின், பாரிஜாதத்தின் நறுமணம். அவன் வைத்தகண் வாங்காமல் வழியையே பார்த்துக்கொண்டிருந்தான். நான் அவனையே பார்த்துக்கொண்டிருந்தேன். அவனிடத்தில் பொலிவு இருந்தது. முகத்தில் ஒளி நிறைந்திருந்தது. எனது காயத்தில் உதடு பதித்தபோது அவனுக்கு என்ன தோன்றியது? அவனுடைய நாவுக்கு எனது ரத்தத்தின் ருசி என்னவாக இருந்தது? எனக்கு அடி முதல் முடிவரை மிகக்கடுமையாக வலித்தது. இதயம் அலறியது. நான் முனகினேன். அவன் கனிவு நிறைந்த கண்களோடு பார்த்தான்.

“என்னாச்சு?”

நான் உதடுகளை அசைத்தேன்.

“தண்ணியா?”

நான் கை நீட்டினேன்.

அவன் கிண்டியை எடுத்துக்கொண்டு எனக்கு அருகில் வந்தான். நான் தரையில் படுத்திருந்தேன். அவன் குனிந்து நீத்தார் கடன் செய்வதுபோல் ஒரு காலை மடக்கி எனக்கு அருகில் உட்கார்ந்தான். ஒளி உமிழும் கண்கள். தியானிக்கின்ற கண்கள். என்னைப் பார்க்காத கண்கள். முன்பே சொன்னேனல்லவா. நான் எதற்கும் தயங்காதவள். இரண்டு பெண்பிள்ளைகளின் தாய். ஒரு நாற்பது வயதுக்காரனின் மனைவி. அசாத்தியத் துணிச்சல். அபாரமான மன உறுதி. அவசரப்பட்டேன். கணவர் எந்த நிமிடமும் வந்துவிடுவார். நான் கைகளை நீட்டினேன். கழுத்தைச் சுற்றி வளைத்தேன். முகத்தை இழுத்துத் தாழ்த்தி உதடுகளில் பற்களைப் பதித்தேன். என்னுடைய மிகவும் நல்ல விஷப்பற்கள். நீங்கள் நம்பினாலும் சரி நம்பாவிட்டாலும் சரி, அவன் நீலம்பாய்ந்துபோனான்.

நான்கு

புறச்சட்டையை உரித்து எறிந்துவிட்டு நான் கடந்து வந்த பிறவிகள். ஊர்ந்துகொண்டிருந்தேன், ஒன்றிலிருந்து அடுத்ததற்கு. கள்ளி முட்களுக்கும் பாறைக்கட்டுகளுக்கும் மேலே. மலைகளுக்கும் மரங்களுக்கும் மேலே. நனைந்த சருகுகளுக்கும் உதிர்ந்த மலர்களுக்கும் மேலே. ஒவ்வொரு பிறப்பு. ஒவ்வொன்றிலும் அவன். எப்போதும் அவனுக்கு ஒரே நிறம். கருநீல நிறம்.

பாம்புக்கடிக்குச் சிகிச்சையெடுத்துக்கொண்டு பத்தியத்தோடு படுத்திருக்கும்போதெல்லாம் நான் வேடிக்கையாக அதைப்பற்றி யோசித்துக் கொண்டிருந்தேன். ஒருவரை ஒருவர் தேடி அலைந்த இரண்டுபேர். சந்தித்துக்கொண்டபோதும் அடையாளம் கண்டுகொள்ளாதவர்கள். உயிரின் ரகசியங்கள் விசித்திரமானவை. பிள்ளைகளும் கணவனும் உள்ளே வரும்போதெல்லாம் நான் அவனை நினைத்தேன். அவனுடைய கண்கள். நான் மூழ்கி எழும் அளவுக்கு ஆழமுள்ள அவனுடைய கண்கள்.

“என்னத்துக்கு கண்ணூ, நீ அந்த நேரத்துல அங்க போனே?”

கணவர் நேரம் கிடைக்கும்போதெல்லாம் அருகில் வந்து உட்கார்ந்துகொண்டு என் நெற்றியைத் தடவிக்கொடுத்தார். நான் அவருடைய கைகளை இறுகப் பற்றிக்கொண்டேன்.

“நான் தொந்தரவு கொடுத்துட்டனா?”

“தொந்தரவெல்லாம் இல்லை... நீ இப்படிப் படுத்துக் கெடக்கறதப் பார்க்கறதுக்குத்தான் முடியல...”

அவர் அனுதாபப்பட்டார்.

"என்னவானாலும் இனி வீடு வாங்கறதைப்பத்தி யோசிக்க வேண்டாம்... அது வேண்டாம்னு விட்டுடுவோம். இருக்கற பணத்த பேங்க்ல போட்டுட்டு ஒண்ணுமில்லாட்டியும் மன நிம்மதியோட இருக்கலாம்..."

நான் பதில் சொல்லவில்லை. எனக்கு இனி வீடு எதுக்கு? நான் வீடா தேடினேன். உரிமையாளனைத்தான், அவனைக் கண்டுபிடித்துவிட்டேன். இனி வீடு வாங்குவதோ விற்பதோ அல்ல பிரச்சனை. இனி ஒரே பிரச்சனைதான் இருக்கிறது. அவன். எங்களுக்கு இடையில் உள்ள தொலைவு. வருடங்களின் யுகங்களின் தொலைவு. எப்படி அவனை மீட்டெடுப்பேன்? கண் மூடும்போதெல்லாம் நான் அவனது நீல நிறம் படர்கின்ற முகத்தைப் பார்க்கிறேன். என் முன்னால் தொடும் தூரத்தில். வெட்டவெளியில் கை நீட்டி நான் திரும்பத் திரும்பத் தொட்டேன். உண்மை, விசித்திரமானது.

கண்ணாடியில் நான் என்னைக் கூர்ந்து பார்த்தேன். என்ன தெரிகிறது? ஒரு பெண் உருவம். முப்பது முப்பத்தைந்து ஆண்டுகள் வாழ்ந்த ஒரு பெண். முப்பத்தைந்து ஆண்டுகள். என் தாய் என்னைக் கருத்தரித்து, பெற்றுப்போட்டு, பாலூட்டினார். நான் மண்டியிட்டுத் தவழ்ந்து, உட்கார்ந்து, நின்று, நடந்து, உண்டு, உறங்கி, வளர்ந்து, மறு உற்பத்தி செய்தேன். இப்போது முதுமையையும் மரணத்தையும் நெருங்கிக்கொண்டிருக்கிறேன்.

எனக்கு என் உருவத்தைப் பார்த்தபோதெல்லாம் சிரிப்பு வந்தது. யாரிது? தலைமுடியை இறுக்கமாகக் கட்டிவைத்த, சிலசமயம் அவிழ்த்துப்போட்ட, சேலை உடுத்திய, சிலசமயம் முண்டு உடுத்திய, முகத்துக்கு பௌடர் பூசிய, கண்களில் மையெழுதிய ஒரு பெண். முட்டைக்கோஸ் பொரியலுக்குக் கடுகு தாளித்துக் கொட்டவும் கணவனின் கைக்குட்டைகளில் வாசனைத் திரவியம் தடவி அழகாக மடித்து வைக்கவும் செய்கின்ற ஒரு பெண். பிள்ளைகளுக்குப் பேன் சீவி முடியை அழகாகப் பின்னி மடித்துக்கொடுக்கவும் கணவனின் ரத்தக்கொதிப்புக்கான மாத்திரைகளை நேரம் தவறாமல் எடுத்துக்கொடுக்கவும் செய்கின்ற ஒரு பெண். யார் இந்தப் பெண்? எதற்காக இவள் பிறந்தாள்? வாழ்ந்தாள்? நாற்பது வயதும் சிறிதே நரையும் உள்ள இந்த ஆணும் பன்னிரண்டும் பத்தும் வயதுடைய

இரண்டு பெண் பிள்ளைகளும் அவளுக்கு யார்? அவள்தான், உண்மையில் யார்?

நான் யார்? எது நான்? கேள்விகள் அலைக்கழித்தன. அதனால் முதலில் கிடைத்த வாய்ப்பைப் பயன்படுத்திக்கொண்டு நான் கணவனுக்குத் தெரியாமல் அவனைத் திரும்பவும் பார்த்தேன். தனியாக, அந்த வீட்டில். சென்று சேரும்போது வழக்கம்போல மாலை நேரமாகிவிட்டது. மாலை மங்குகிறது. வானம் விஷம் தீண்டியது போன்று நீலம் பாய்ந்து கிடந்தது.

அவன் பூஜை அறையில் விளக்கைத் தயார் செய்துகொண்டிருந்தான். திறந்துகிடந்த முன் கதவு வழியாக அனுமதி கேட்காமல் நான் உள்ளே நுழைந்தேன்.

என்னைப் பார்த்ததும் அவன் திகைப்புற்றான். கடிபட்டதன் பழைய நினைவு. ஆளுயரம் உள்ள திரிபுரசுந்தரியின் பெரிய படம் உள்ளே இருந்தது. வாய் பிளந்த சிங்கத்திற்கு மேலே முழுவதும் நகைகளால் அலங்கரிக்கப்பட்ட தேவி. வெள்ளை மந்தாரை மாலை சார்த்தப்பட்டிருந்தது. கற்பூரத்தட்டில் உறை பிரிக்கப்பட்ட கற்பூரம் வைக்கப்பட்டிருந்தது. விளக்குகளில் திரிகள் இட்டு எண்ணெய் நிறைக்கப்பட்டிருந்தன.

அவன் மெதுவாக எழுந்தான். அவனுக்கு அகங்காரம் அதிகரித்தது. பெரும் சக்தியுள்ளவன் என்று தோன்றியது. கை நீட்டினால் தொட்டுவிடமுடியாத ஒருத்தன்.

"வாங்க..."

அவன் அழைத்தான்.

வரவேற்பு அறையில் சோபாவில் அவன் உட்கார்ந்தான். கை நீட்டி பக்கவாட்டு டீப்பாய் மேல் வைத்திருந்த வீணையை அவன் ஒரு தட்டுத் தட்டினான். அது பயங்கரமாக ஒலித்தது. நான் ஆர்வம் கொண்டேன். தோற்கத் தயாராக இல்லாத ஒருவன்.

"உட்காருங்க. தனியாவா வந்தீங்க?"

"ஆமாம்..."

நான் எதிரில் இருந்த மற்றொரு சோபாவில் உட்கார்ந்தேன். நான் அவனையே பார்த்துக்கொண்டிருந்தேன். அவன் என்னைப்

பார்க்கவில்லை. எங்களுக்கு இடையில் காய்ந்த சருகுகள் போன்று நிமிடங்கள் பறந்தன.

"இந்த வீட்டை விற்கப்போறதில்லை..."

அவன் திடுமெனச் சொன்னான்.

எனக்குச் சிரிப்பு வந்தது. அவன் சட்டென என் கண்களை உற்றுப் பார்த்தான்.

"இதுக்கு விலை கேட்கற அளவுக்குப் பணம் இருக்கா உங்க கையில?"

நான் வாய்விட்டுச் சிரித்தேன்.

"உண்மையச் சொல்லுங்க, என்னதான் உங்க மனசுல? எதுக்காக நீங்க திரும்பவும் வந்தீங்க?"

என்ன கேள்வி இது. எதுக்கு வந்தாயென்று. எனக்கு ஏமாற்றமாக இருந்தது. இல்லாவிட்டாலும் ஏமாற்றாத எந்த ஆண் பூமியில் இருக்கிறான்? எப்படி வந்தாய் என்று கேள், நான் மனதுக்குள் சொன்னேன். வருவதற்குச் சிரமப்பட்டேன். நிறைய பொய்கள் சொன்னேன். நிறைய தடைகளைக் கடக்கவேண்டியிருந்தது. நிறைய விட்டுக்கொடுத்தலும் சமரசங்களும் செய்யவேண்டியிருந்தது. நினைத்துப்பாருங்கள். அந்தக் கணம். அந்த வீடு. அந்தத் தனிமை. அந்த மாலைப்பொழுது. நாங்கள் இருவர். பல பிறவிகளில் ஒருவரையொருவர் தேடிக் களைத்துப்போன இருவர். நாங்கள் நேருக்கு நேர் சந்தித்துக்கொண்ட அந்தத் தருணம். தீவிரம், நெருக்கம், வெடித்துச் சிதறல். ஆனால், நடந்ததோ? அவன் எதையும் நினைவுக்குக் கொண்டுவரவில்லை. எதையும் அடையாளம் காணவில்லை. அறிந்தவள் நான் மட்டுமே. அறிந்துகொள்ளவேண்டியவன் அவன். என்னைத் தேடி வரவேண்டியிருந்ததும் அவன். எனது புறச்சட்டைகளைக் கழற்றி எறிந்துவிட்டு எனது விஷத்தைக் கையில் ஏந்திக்கொள்ளவேண்டி இருந்ததும் அவன். ஆனால், அவன் செய்ததென்ன? திரிபுரசுந்தரியிடம் தப்பி ஓடினான். அவளை வணங்கினான். வழிபட்டான். வாழ்க்கையை அவளுக்காக அர்ப்பணித்தான். நானோ? பிறவிகள்தோறும் அவனைத் தேடி..... மாணிக்கத்தை இழந்துவிட்ட நாகத்தைப்போன்று உழன்றேன். இல்லையென்றாலும் பூஜிக்கும் விதத்தில் நேசிக்கப்பட்ட எந்தப் பெண் இருக்கிறாள் பூமியில்?

கருநீலம் 65

நான் என்னவெல்லாமோ சொல்ல முயன்றேன். சொன்ன வார்த்தைகள் நினைவில் இல்லை. நிச்சயமாக, காதலைப் பற்றியேதான். இந்தப் பிறவியைப் பற்றி. அவன் துறவைப் பற்றிச் சொன்னான். ஆத்மாவைப் பற்றியும் விரதத்தைப் பற்றியும் எச்சரிக்கை செய்தான். நான் அவனுக்குச் சவால் விடுத்தேன். துறவு உடலிலா ஆத்மாவிலா என்று ஏளனம் செய்தேன். அவன் என்ன புரிந்துகொண்டான் என்று எனக்குத் தெரியவில்லை. நான் சொன்னது புரிந்ததா என்றும் தெரியவில்லை. புரிந்தாலும் பரவாயில்லை புரியாவிட்டாலும் பரவாயில்லை. நான் அவனை வலுக்கட்டாயமாக முத்தமிட்டேன். பழைய மரக்கதவைத் திறப்பது அதைவிட எளிதாக இருந்தது. இருப்பினும் திறந்தேன். உடலுக்குத் துறவுபூணுமாறு அவனிடம் நான் மீண்டும் சவால் விட்டேன். அவன் சவாலை ஏற்றுக்கொண்டான். பதிலுக்கு என்னை முத்தமிட்டான். அவனுடைய முத்தத்தைப் பற்றிச் சொன்னால், அது அவ்வளவு மேன்மையானது ஒன்றுமில்லை. அதை நான் மன்னித்தேன். ஆண்கள் உதடுகளால் முத்தமிடாதீர்கள். ஆத்மாவால் முத்தமிடுங்கள். ஒவ்வொரு பிறவியிலும் நான் அதை அவனுக்குக் கற்றுக்கொடுத்திருக்கிறேன். பாவம், எல்லாவற்றையும் மறந்துவிட்டான். மீண்டும் நினைவுபடுத்தவேண்டும். துறவியை நான் உடலைத் துறக்கச் செய்வேன். வெறும் ஆத்மாவாக்குவேன். அவனைக் கட்டிப்பிடித்துக்கொண்டு நிற்கும்போது எனக்குச் சிரிப்பாய் வந்தது. ஒரு மாற்றமும் இல்லை. யுகங்கள் கழிந்தும் பிறவிகள் உதிர்ந்தும் எல்லாம் அப்படியப்படியே. அவனுடைய கைகள், கழுத்து, நெஞ்சு. எல்லாம் அப்போது இருந்ததைப் போலவே.

சொன்னேன் இல்லையா, அதிவிசித்திரமானது இந்தக் காதல் கதை. நான் அவனை வெறித்தனமாகத் தேடிக்கொண்டிருந்தேன். இறுதியில் கண்டுபிடித்தேன். ஆனால், என்னை அவனுக்கு நினைவில்லை. நினைவூட்டுவது எப்படி? என் கையில் அடையாள மோதிரங்கள் இல்லை. சூடாமணிகள் இல்லை. இருக்கும் ஒன்றேயொன்று அவன்மீதான பேராசை. அவனைக்குறித்தான மிகப்பழமையான நினைவு. துறவியை யோக நித்திரையிலிருந்து எழுப்புவதற்கு அது போதுமா? அதுவும் அவன். பெருவல்லமை பெற்றவன். வெல்லமுடியாதவன். காமனை எரித்தவன். ஒரு ஆணை உடல் ரீதியிலான உறவுக்கு இழுப்பது எளிதல்ல. குறிப்பாக திரிபுரசுந்தரிக்கு அடிமையான அவனைப்போன்ற ஒருத்தனை. சொன்னேன் இல்லையா, அவன் எனது மறுபாதி. எனது பாதி

பலம்தான் அவனுக்கு. நான் அவனைப் படுக்கையறை வரைக்கும் கொண்டுபோனேன், நிர்வாணம் வரைக்கும் வரவைத்துவிட்டேன்.

“முப்பது வருசம். தீக்ஷை வாங்கி முப்பது வருசம்...” அவன் பெருமூச்சு விட்டான். அது இணை சேர்தலுக்குச் சற்று முன்பு. அவன் உடலைத் துறந்த நிமிடம். மரக்கட்டிலில் நான் அவனது தழுவலுக்காகக் காத்திருந்த தருணம். எங்களுக்கிடையில் ஒரு விரற்கடை தூரம் மட்டுமே இருந்த ஒரு கணம். ஒற்றைக் கணம்.

சட்டென அவன் எழுந்தான்.

“இல்லை...”

அவன் தீர்க்கமாகச் சொன்னான்.

“என்னால முடியாது. மனசுல தேவி உருவம்.”

என்னைப் பார்க்காது அவன் ஆடை அணிந்தான். அறையை விட்டு வெளியே போனான். அந்தக் கணத்தை நினைத்துப் பாருங்கள். ஐப்பசி மழைக்கு முந்தைய அந்திப்பொழுது. விஷம் தீண்டிய வானம். நான்கு சுவர்களும் மரத்தால் செய்யப்பட்ட ஒரு கூடு. எல்லாப் புறச்சட்டைகளையும் உருவியெறிந்த ஒரு பெண் காத்துக்கிடக்கிறாள். அவனுக்காக. அவனுடைய தீண்டலுக்காக. அவனுடைய காதலுக்காக. அவனுடைய சரணாகதிக்காக. நான் முதுகெலும்பு உடைந்த பாம்பைப்போன்று வளைந்து கிடந்தேன். என்னைச் சூழ இருட்டின் புற்று. பயனற்ற ஒரு பிறவி.

காற்று பலமாக வீசியது. வாசலில் இருக்கும் மாமரத்தில் படர்ந்த மணிப்பிளாண்ட்டின் தடித்த கொடிகள் காற்றில் அசைந்தாடின.

மழை பெய்திருக்கலாம். ஓய்ந்திருக்கலாம். மின்மினிகள் பறந்திருக்கலாம். ஆந்தை அலறியிருக்கலாம். எனக்குத் தெரியவில்லை.

விடிகாலையில், நான் ஆடை அணிந்துகொண்டு கணவனிடமும் பிள்ளைகளிடமும் திரும்பினேன்.

ஐந்து

நான் சொன்னேன் இல்லையா, இந்தக் காதல் விசித்திரமானது மட்டுமல்ல, வேதனையும் மிக்கது. தவிரவும் வலியில்லாமல் என்ன காதல்? நெஞ்சு பிளந்து வலிக்க வேண்டும். பொறாமையின் ரம்பத்தால் பிளக்கின்ற வேதனை. இழப்புணர்வின் உமித்தீ எரிகின்ற வேதனை. நான் என் சிறகுகளை ஒடித்தெறிவேன். அவனிடம் பறந்து செல்வேன். ஒடிந்துபோன சிறகுகளில் இருந்து ரத்தம் வடியும். அவனது வெள்ளை மந்தாரைகள் என் ரத்தம் விழுந்து சிவக்கும். ரத்தத்தாலும் வலியாலும் நான் அவனைத் தோற்கடிப்பேன்.

எனக்குத் திரிபுரசுந்தரிமீதுதான் வெறுப்பு. எனக்குரியவனை அவள் திருடிக்கொண்டாள். அவளைத் திரும்பத் திரும்பப் பார்த்தும்கூட அவனுக்குப் போதுமென்று ஆகவில்லை. ஆயிரம் பெயர்களைச் சொல்லி அழைத்தும்கூட மனம் நிறையவில்லை. அவள் ஒரு உணர்வு மட்டுமே. அவனுடைய கற்பனை மட்டுமே. அதை நினைக்கும்போதெல்லாம் நான் எரிந்தேன். விரக்தியால் கோபமும் கோபத்தால் பகையும் எனக்குத் தோன்றியது. நடக்கும்போது என் பாதங்கள் நொந்தன. சாப்பிடும்போது விரல்கள் நொந்தன. எனது ஒவ்வொரு மயிர்க்காலும் நொந்துகொண்டிருந்தது. அவன் என்னுடையவன். அவனது மெதுமெதுப்பான வெளுத்த விரல்கள். அவனது அழுக்குப் படாத பாதங்கள். அவனது தீட்சண்யம் நிறைந்த கண்கள். எல்லாம் எனக்கே உரியவை. எனக்குப் பில்லி சூனியம் தெரியாது. தெரிந்திருந்தால் அவனை நான் ஒரு பறவையாக்கி இரும்புக் கூண்டில் அடைத்திருப்பேன். ஆணியாக்கி எனது உச்சந்தலையில் அறைந்திருப்பேன். கருவாக்கி

என் கருப்பையில் சுமந்திருப்பேன். திரிபுரசுந்தரிகளுக்குப் பூஜை செய்வதற்கு விட்டுக்கொடுக்காமல் நான் அவனைக் கொடும் விஷமாக்கி அதைக் குடித்துச் செத்திருப்பேன்.

நான் அவனுக்குக் கடிதம் எழுதினேன்: உங்களது மரணத்தை நான் கனவு காண்கின்றேன். கூர்மையான கத்தியோடு உங்கள் வீட்டுக்கு நான் இரவில் வருவேன். நீங்கள் ஏதுமறியாது உறங்கும்போது கத்தியை நேராக இதயத்தின்மேல் குத்தி இறக்குவேன். உங்களுடைய ரத்தத்தை நான் குடிப்பேன். உங்களுடைய கல்லீரலை நான் பச்சையாகத் தின்பேன். அப்படியே உங்களை உருக்கி எரித்து என் ரத்தத்தோடும் தசையோடும் சேர்ப்பேன்.

சில நாட்களுக்குள்ளாகப் பதில் வந்தது. அழகான கையெழுத்து.

"எனக்கு வருத்தமாக இருக்கிறது. எனக்குப் பார்க்கணும்போல இருக்கு."

நான் அங்கே போவதற்குப் புறப்பட்டேன். என்னவெல்லாம் பொய்களைக் கணவரிடம் சொன்னேன் என்று நினைவில்லை. நான் வெளிப்படையாகவே சொன்னேனல்லவா. காதல் விசயத்திலும் இந்தத் துறவி விசயத்திலும் என்னிடத்தில் நேர்மை இல்லை. நான் வஞ்சிப்பேன். எல்லோரையும் வஞ்சிப்பேன். என் குழந்தைகளை, என் கணவனை, என் குடும்பத்தாரை, உங்களை, இந்த மொத்த உலகத்தையும் - குரூரமாக வஞ்சிப்பேன்.

புறப்படும்போது இளையமகள் எதற்காகவோ அழுதாள். நான் கண்டுகொள்ளவில்லை. மூத்தமகள் கலங்கினாள். அதையும் நான் பொருட்படுத்தவில்லை. கணவரின் முகம் இருண்டு கிடந்தது. அதையும் நான் கண்டுகொள்ளவில்லை. நான் கையறுநிலையினள். என்னால் போகாமல் இருக்கமுடியாது. இவர்களெல்லாம் இந்தப் பிறவியின் விவகாரங்கள். அவன் அப்படியல்ல. கடந்துபோனதும், வரவிருப்பதுமான எல்லாப் பிறவிகளின் தொடர்ச்சி. என் தாய்வேர்.

மாலையில் அவன் வீட்டை அடைந்தேன். அது ஒரு பௌர்ணமி நாள். நான் போனபோது மாலை மங்குகிறது. அவனது தோட்டத்தில் நிலவொளி விழுகிறது. பாரிஜாதமும் கந்தராஜனும் முல்லையும் மலர்கின்றன.

அவன் தாழ்வாரத்தில் குத்துவிளக்கேற்றி வைத்து அவ்வெளிச்சத்தில் எதையோ வாசித்துக்கொண்டிருக்கிறான். நான் வாசற்கதவைத் தள்ளித் திறந்தேன். சப்தம் கேட்டு அவன் எதிர்பார்ப்புடன்

பார்த்தான். என்னைக் கண்டதும் காகிதத்தை ஒதுக்கி வைத்தான். சுவர்மேல் சாய்ந்தான். தலைக்குப் பின்னால் கைகளைக் கட்டிக்கொண்டு அவன் என்னையே பார்த்தான்.

நான் அன்று ஆற்றில் குளித்தேன். அவன் ராந்தல் விளக்கோடு கரையில் காவல் இருந்தான். தெளிந்த குளிர்ந்த ஆறு. நான் நீந்திக் களித்தேன். அவன் எனக்காகத் தாழை மலர் பறித்தான். நான் அவனுக்காகக் கண்ணுக்கு மையிட்டேன். முடியைப் பின்னினேன். நாங்கள் நிலவொளி பரவிக்கிடந்த வயல்களின் வழியே நடந்தோம். வயல் நடுவில் தண்ணீரில் கால் வைத்து வரப்பில் உட்கார்ந்தோம். வானத்தின் ஜடையில் நிலவு ஜொளித்தது. தவளைகள் உரக்கக் கத்தின. பச்சைத் தவளைகள். எங்களது முற்பிறவிகளின் நினைவுகள். நாங்கள் அமைதியாகக் காதுகொடுத்துக் கேட்டோம். எனக்கு உள்ளும் புறமும் மிகக்கடுமையாக வலித்தது. பற்றி எரிகின்ற வேதனை. நடக்கும்போது கால் இடறியது. அவன் என்னைத் தாங்கிப் பிடித்தான்.

பின்னர் நாங்கள் சர்ப்பக்காவில் விளக்கு வைத்தோம். விளக்குகள் எரிவதையும் கொடிகள் ஆடுவதையும் பார்த்துக்கொண்டும் பறவைகள் உறங்கத் தொடங்குவதைக் கேட்டுக்கொண்டும் நாவல் மரத்தடியில் நெருங்கி உட்கார்ந்திருந்தோம். நிலவொளி கூடியது. காற்றில் மழைபோன்று நாவல் பழங்கள் உதிர்ந்தன. அப்போது நாங்கள் உரையாடினோம்.

அவன் குழந்தைப் பருவத்தைக் குறித்துச் சொன்னான். செத்துப்போன தாய் தந்தையரைக் குறித்து, நண்பனைக் குறித்து, கல்லூரிக் காதலைக் குறித்து, துறவின் தொடக்கநிலை விதிகளைக் குறித்து. நான் எனது வீட்டைப் பற்றிச் சொன்னேன். எனது தென்புற ஜன்னலைப் பற்றி, எனது ஆற்றைப் பற்றி, எனது அறையைப் பற்றி, நான் அதில் அடைத்துவைத்த காற்றைப் பற்றி, ஜரிகைக் கரைபோட்ட பட்டுப்பாவாடை உடுத்திக்கொண்டு நான் அந்தக் காற்றில் ஆடிய நடனத்தைப் பற்றி. நான் நாவல் பழங்களைத் தின்றுகொண்டிருந்தேன். என் உதடுகள் கருநீலமாகின. அவன் என் முகத்தைப் பிடித்து நிலவொளிக்கு உயர்த்தினான். என்னை முத்தமிட்டான். அவனுடைய உதடுகளும் கருநீலமாகின.

நிலவொளி, நாவல் மரம், நனைந்த சருகுகள், அதிகடினமான வலி. பெருங்காதலின் வலி. இந்தக் காதலின் மிகவும் வலி நிறைந்த பாகம் இதுதான். தரையில் தொட்டால்சினுங்கி படர்ந்து

கிடந்தது. இலவம் முட்கள். கூர்மையான கற்கள். எவ்வளவு இறுக்கமாகக் கட்டிப்பிடிக்கிறோமோ அவ்வளவு வலித்தது. முத்தமிடும்போதெல்லாம் ரத்தம் வழிந்தது. உதிர்ந்த நாவல் பழங்கள் நசுங்கின. அதன் சாறு காயங்களில் ஒட்டி மீண்டும் வலித்தது.

“எனக்கு ஞாபகம் வந்துருச்சு.”

அவன் சொன்னான்.

“நாம கொஞ்சகாலம் நீலநிறப் பறவைகளா இருந்தோம். உனக்கு உதட்டுல மஞ்சள் புள்ளி இருந்துச்சு.”

“அதுக்கப்புறம் கொஞ்சகாலம் மீன்களாக இருந்தோம். உங்களுக்கு வால்ல சிவப்புப் புள்ளிகள் இருந்துச்சு.”

நான் சொன்னேன்.

“எப்பவோ ஒருசமயம் நாம சந்தனமரமா இருந்தோமில்லையா? மண்ணுக்கு அடியில என்னோட வேர்கள் உன்னோட வேர்களுக்குள்ள நுழைஞ்சுது இல்லையா?”

“அதுக்கப்புறம் நாம நட்சந்திரங்களானோம்...”

“இப்ப நாம என்னவா இருக்கோம்?”

அவன் வருத்தப்பட்டான்.

பாம்புகள், நான் சமாதானப்படுத்தினேன். நாவல்பழம் தின்று நாக்கும் உதடும் நீலம்பாய்ந்துபோன பாம்புகள். நாங்கள் ஒருவரையொருவர் பகையோடு பார்த்தோம். சீற்றம் கொண்டோம். விஷப்பற்களைக் கொண்டு போரிட்டோம். வாலாலும் தலையாலும் ஒருவரையொருவர் தாக்கிச் சிதைத்தோம்.

விடியற்காலையில், மரத்தின் அடியில் நாவல் பழங்கள் நசுங்கிக் கிடந்தன. நாங்கள் இருவரும் நீலம்பாய்ந்து கருத்துப்போனோம். அவன் என்னுடையவனானான். தோற்றவன். பலவீனன். அடிமை. நான் யார் என்ற கேள்விக்கு எனக்குப் பதில் கிடைத்தது. அவனுடைய உரிமையாளர். அவனுடைய எஜமானி. அவனது ஆன்மா. அவன் முழுக்க முழுக்க என்னுடையவன். அவனுடைய கண்கள் எனக்கு முகம் பார்க்க. அவனது நீண்டு சுருண்ட முடி எனக்கு விரல் நுழைத்துக் கோதுவதற்கு. அவனது நீண்ட தாடி எனது மார்பில் ஊர்வதற்கு. அவனது விரல்கள் என்னைக்

கொஞ்சுவதற்கு. அவனுடைய நெஞ்சு எனக்குத் தலை சாய்ப்பதற்கு. அவனது கழுத்து நான் ஓங்கி ஓங்கிக் கொத்துவதற்கு. அவன் வாழ்வு நான் காயப்படுத்துவதற்காக. அவனது ஜென்மம் என்னை மகிழ்விப்பதற்கு. நான் அவனில் பாதி. அவனுள் இருக்கும் ஆண். அவன் என்னில் பாதி. என்னுள் இருக்கும் பெண். ஒன்றையொன்று பின்னிப் பிணைந்த இரண்டு ஆன்மாக்கள். பிறவிகள்தோறும் ஒருவரை ஒருவர் தேடியவர்கள்.

நாங்கள் பரவசத்தில் இருந்தோம். நான் அவன்மேல் நகங்களைப் பதித்தேன். உடலைக் கடித்துக் காயப்படுத்தினேன். அவன் கனிவோடும் ஆனந்தத்தோடும் என்னை ஏற்றுக்கொண்டான். இரவு முழுதும் நாங்கள் சிரித்தோம். காலையில் கஞ்சியும் வறுத்து அரைத்த துவையலும் செய்து ஒரே பாத்திரத்திலிருந்து ஒன்றாகக் குடித்தோம். துறவி குட்டிக் கதைகளும் நகைச்சுவைகளும் சொன்னான். காதல் பாடல்களைப் பாடினான். என் தலைமுடியைக் குறித்தும் எனக்குப் பொருந்துகின்ற நிறங்களைப் பற்றியும் சொன்னான். அவனுடையதேயான நான் கருத்தரிக்கக்கூடிய மகனைப் பற்றிச் சொன்னான். அவனது குறும்புகளில் நாங்கள் சேர்ந்து மகிழ்ந்தோம். புத்திக்கூர்மையில் சேர்ந்து பெருமைப்பட்டோம். ஒரு பட்டுநூல் முதுகெலும்பும் கடுகுமணி இதயமுமாக அவன் என் வயிற்றில் உண்டாவான் என்று இச்சைகொண்டான். என் வயிற்றில் முகம் வைத்து அவன் அவனுக்குப் பெயர் வைத்தான். நானும் அவனும் சிரித்தோம். நான் அவனை முத்தமிட்டு முத்தமிட்டுக் களைத்துப்போகச்செய்தேன்.

புறப்படும் நேரம் வந்துவிட்டது. நாங்கள் சோர்ந்தோம். சிரிப்பு மறைந்தது. வலி திரும்பி வந்தது. விடை பெறுவதற்காக நான் அவன் கண்களைப் பார்த்த அந்தக் கணம். அவனுடைய கண்கள். ஆழமான கண்கள். வலி, கனிவு, பற்று. தீவிரமான இழப்புணர்வு. சாகக் கிடக்கும்போது நான் அவனை அப்படித்தான் நினைப்பேனாக இருக்கும். அந்த நேரத்தில் என் முகத்தை அவனும் நினைத்துவைப்பான். சிலசமயம் பிறவிகள்தோறும். விடைபெறும் நேரத்தில் நாங்கள் தழுவிக்கொண்டது எப்படி என்று உங்களுக்குத் தெரியாது. ஒன்று நிச்சயம். உலகத்தில் எந்தப் பெண்ணும் எந்த ஆணையும் இப்படித் தழுவியதில்லை. நான் அவனைக் கட்டிப்பிடித்தது உடலால் அல்ல. ஆத்மாவால். அவன் பதில் சொன்னதும் ஆத்மாவால். எங்கள் எலும்புகள் நொறுங்கின. தசை சிதைந்தது. ஒருவருக்கொருவர் உருகினோம். இனி ஒருபோதும்

எங்களால் இப்படிக் கட்டிப்பிடித்துக்கொள்ள முடியாது. காரணம், நாங்கள் இனி பார்க்கமாட்டோம். இதுபோல கட்டிப்பிடிக்க மாட்டோம். இதுபோன்று இரவைச் செலவழிக்க மாட்டோம்.

இனி நாங்கள் பார்ப்பது ஒருவேளை, அடுத்த ஜென்மத்தில். அன்றும் நான் இதேபோன்று ஊர்வேன். மரங்களின்மீதும் மலைகளின்மீதும். ஊர்ந்து ஊர்ந்து அவனைத் தேடுவேன். கண்டுபிடிப்பேன்.

அன்றும் அவன் இதுபோலவே என்னை எதிர்ப்பான். விலக்கவும் வெறுக்கவும் முயல்வான். இறுதியில் என் கடியேற்றுத் தரையில் விழுவான்.

அன்றும் நாங்கள் இதுபோல இணைசேர்வோம். இதயம் பிளந்து பிரிவோம்.

பிரிந்தாலும் என் ரத்தம் அவனது ரத்தத்தோடு கலந்துவிடத் தாகம் கொள்ளும்.

ஆறு

எனக்கு முடியவில்லை. நான் தளர்ந்துபோய்விட்டேன். உடலும் ஆன்மாவும் காயம்பட்டுவிட்டன. அவனுடைய நினைவுகள். அவனைக் காதலித்துக் காதலித்து ரத்தநாளங்கள் அடைபட்டுவிட்டன. எனக்கு வேகமாக வயதாகிறது. எனக்கு வேகமாக முதுமை வருகிறது. இதயம் சிரமப்பட்டு ஒவ்வொரு முறையும் துடிக்கிறது. ஒவ்வொரு முறையும் அவனுடைய பெயரை ஓங்கி ஒலிக்கிறது. கண்கள் ஒவ்வொரு முறையும் நொந்து விம்முகின்றன. ஒவ்வொரு முறையும் அவனுடைய முகத்தைப் பார்க்கிறேன். உண்மையாகவே எனக்கு முடியவில்லை. பெரியதொரு கங்கைப் பிரவாகத்தை வெட்டவெளியில் தடுத்து நிறுத்தி நான் தளர்கிறேன். கங்கையால் மண்ணில் இறங்காமல் முடியாது. என் கண்கள் அவனைக் காணாமல் எரிகின்றன. என் காதுகள் அவனது குரலைக் கேட்காமல் எரிகின்றன. என் விரல்கள், என் உதடுகள், எனது இந்த மொத்த உடலும் என் ரத்தமும் என் இதயமும் மூளையும்... அவனில்லாமல், அவனுக்காக அல்லாமல், நான் மொத்தமாக வெந்து துடிக்கிறேன்.

நான் சொன்னேனில்லையா, அனுபவங்களுக்கு நேர்மை வேண்டும். நேர்மைக்கு ஒழுக்கம் வேண்டியதில்லை. கணவர் இரவில் காமத்தோடு நெருங்கி வரும்போது நான் ஒற்றைத் தலைவலி எனப் பாசாங்கு செய்துகொண்டு திரும்பிப் படுப்பேன். மூத்த மகளின் ஆடைக்குப் பொத்தான்களைத் தைக்கத் தொடங்கும்போது ஊசியையும் நூலையும் கையில் வைத்துக்கொண்டு என்னை மறந்து உட்கார்ந்திருப்பேன். இளையமகள் காய்ச்சல் வந்து படுத்திருக்கும்போது அவளுக்கு அருகில்

உட்கார்ந்துகொண்டு அவன் முதன்முதலாகத் தொட்ட இடது காலில் ஏற்பட்ட காயத்தைப் பற்றி நினைத்துக்கொண்டிருப்பேன்.

"நீ என்ன யோசிச்சுக்கிட்டு இருக்கே?"

அவ்வப்போது கணவர் கேட்பார்.

"ஏய்..."

நான் சிரிக்க முயற்சிப்பேன்.

நான் கணவருக்காகப் பட்டுப்புடவை உடுத்துவேன். தலையில் முல்லைப்பூச் சூடுவேன். கண்களைக் கருப்பாக்கி மையெழுதுவேன். உதடுகளில் சாயம் பூசுவேன். நாங்கள் ஒன்றாக விருந்துகளுக்கும் சுற்றுலாத் தளங்களுக்கும் போவோம். குழந்தைகளின் எதிர்காலத்தைக் குறித்து விவாதிப்போம். வேறு தேடல் எதுவுமில்லாத இரவில் அவர் நெருங்கி வரும்போது நான் வளைந்துகொடுக்கவேண்டியதும் வரும்.

என் கணவர், என் மக்கள், என் வீடு, என் வேலைக்காரர்கள், என் மார்பில் தரைகள், என் ஆர்கிட்டுகள், ஆந்தூரியங்கள். என் இறுக்குகின்ற புறச்சட்டைகள். அவற்றுக்குள்ளே அவனுக்காக மூச்சுமுட்டும் நான்.

அதன்பிறகு நான் அந்த வீட்டுக்குப் போகவில்லை. அவன் அங்கே வசிக்கவும் இல்லை. காசியிலோ ஹரித்துவாரிலோ உள்ள மடத்துக்கு அவன் அனுப்பப்பட்டான். நான் அவனுக்கோ அவன் எனக்கோ கடிதம் எழுதவில்லை. அவன் எங்கே இருக்கிறான் என்று எனக்குத் தெரியாது. எனக்கு அதைத் தெரிந்துகொள்ள வேண்டுமென்றும் இல்லை. என் காதல் உக்கிர விஷமுள்ள ஒரு சோம்பேறிப் பாம்பாக இருந்தது. அது அவனுக்காகத் தக்க சமயம் பார்த்துக் கிடந்தது. அவன் வந்தான். அதன் படத்தில் மிதித்தான். அதைக் காளியன், தக்ஷன், அனந்தன் என்றாக்கினான். அதைப் பெற்றுக்கொண்டு சென்றான். அவன் கைவிடப்பட்டவனாக நடப்பதை நான் கற்பனை செய்வேன். நான் அறியாத தேசங்கள். நான் அறியாத வழிகள். வெளுத்த பனிக்காடுகள். சிவந்த செம்மண் பாதைகள். நடந்து நடந்து சிவந்துபோன அவனது பாதங்கள். கண்களில் என் உருவம். கழுத்தில் என் காதல். கைகளில் அவனது முகமுள்ள எங்களது மகன்.

எனக்கு முடியவில்லை. மேற்கொண்டு சொல்லவோ, எழுதவோ எனக்கு முடியவில்லை. காரணம், நான் சொன்னேனில்லையா. இது கதையல்ல. அனுபவம். நேர்மையான கனலும் அனுபவம். கதையாக இருந்ததென்றால் என்னால் இதை மாற்றி எழுதியிருக்க முடியும். துறவைத் துறந்துவிட்டு அவனும் கிருகஸ்தத்தைத் துறந்துவிட்டு நானும் ஓடிப்போவதாக முடித்திருக்க முடியும். இல்லையென்றால் கணவனிடம் மன்னிப்புக் கேட்டு, அதற்குப் பிந்தைய காலத்தைப் பதிவிரதையாகக் கழித்ததாகச் சித்திரித்திருக்க முடியும். ஆனால், என்ன செய்வது இது அனுபவமாகப் போய்விட்டது. மாற்றி எழுதவோ மறுத்துவிடவோ முடியாத கனலும் ஓர் அனுபவம். பற்றி எரியத்தொடங்கிய வீடு போன்றது என் காதல். விரகத்தின் மழையிலும் அது கனன்று எரிகிறது. தீ நாளங்கள் ஆகாயத்தை நோக்கிப் படம் விரிக்கின்றன. இந்த ஜென்மம் வெந்து மாய்கிறது. மீண்டும் ஒரு ஜென்மம் இருக்கும். திரும்பவும் துறவி வருவான். திரும்பவும் நாங்கள் ஒருவரையொருவர் கண்டுபிடிப்போம்.

என் கடியேற்று மீண்டும் அவன் கருநீலமாவான்.

மதிப்புரை

கழுதை துயரக் கதைப்பாத்திரம் ஆகுமா என்று கேட்டவர் நீட்ஷே. தாங்கமுடியாததும் உதறியெறிந்துவிட முடியாததுமான சுமையால் தளர்ந்துபோகின்ற கழுதையின் பிறப்புக்கு நிகரானதே தத்துவச் சிந்தனையாளனின் வாழ்க்கையும். நம்மைப் பொறுத்தவரை அது தத்துவச் சிந்தனையாளனின் வாழ்க்கையல்ல, காதலிப்பவர்களின் வாழ்க்கை. காதலின் சுமையைச் சுமந்து துன்புறுகிறவர்களைக் கழுதைகள் என்று சொல்வதுண்டு. காதலிப்பவர்களுக்குத் தெரியாதல்லவா காதலின் பரிகாசம். ஆனால் மிகவும் கேலிக்குரியது, மிகவும் இறப்புக்குக் காரணமானது, நித்தியமாய் எரியும் நெருப்பு.

பரிகாசத்தைத் தோற்றுவிக்கும் எதுவொன்றிற்கும் ஒரு மர்மம் இருக்கிறது. எவ்வளவுதான் விவரித்தாலும் வெளிப்படாத ரகசியங்கள்தான் காதலின் மூலப்பொருள். காதலின் சுபாவமோ இருள் மண்டியதொரு பள்ளத்தாக்கின் எதிரொலியைத் தோற்றுவிக்கிறது. அதைக் கேட்டு நாம் அதிர்கிறோம். அதுதான் கருநீலத்தின் தனிச்சிறப்பு. கதை எப்போதும் கட்டுக்கதைதானே. அதனால் 'இது அனுபவமே' என்ற முன்னறிவிப்போடு கதைசொல்லி பீதி நிறைந்த பள்ளத்தாக்கில் வாசகரை விழச்செய்கிறார். விழுந்துவிட்டவர்களால் கரையேற முடியாது. இந்த அனுபவத்தை நிராகரிப்பதா, நம்புவதா என்ற பிரச்சனை உழற்றுகிறது. ஏன் நம்பக்கூடாது? காரணம் காதலில் இருந்தே கற்பனை தோன்றும். கற்பனையில் இருந்து ஒருபோதும் காதல் கதை தோன்றாது.

நீ உண்மையாகத்தான் சொல்கிறாயா? அல்லது அரங்கத்தில் வேறு வேடம் பூண்டிருக்கிறாயா? காதல் அனுபவங்களுக்கு முன்னால் நாம் ஒவ்வொருவரும் கேட்கின்ற கேள்வி. ஒரு கணம் யதார்த்தமும் மாயமோகனமாகத் தோன்றும். வேறொரு சந்தர்ப்பத்தில் வாழ்க்கை நாடக மேடை என்று தோன்றும். காமத்தைத் தீராக் கோப்பையாக்கி உயிர்ப்புடன் வைத்திருப்பது எது? 'ஓ! நினைவே நான் உன்னை இழக்கத்தான் போகிறேன்.' என்று ஆர். ராமச்சந்திரன் எழுதியிருக்கிறார். இழந்துவிடுவோம் என்று உறுதியாகத் தெரிவதால்தான் காதலை நம்புவதற்கான தன்னம்பிக்கை கிடைக்கிறது. 'கருநீலத்தில்' வரும் நாயகி வெளிப்படையாகச் சொல்கிறாள், காதலுக்காக எதையும் செய்வேன். அவ்வளவு துணிச்சல் இருக்கிறது. கொல்லவும் காதலிக்கவும் போதுமான அளவு துணிச்சல்.

'கருநீலம்' அவளுடைய கதை மட்டுமல்ல. அவனுடைய கதையும்தான். அவன் சிவன். காம சொரூபன். அவளோ சிவனின் பாதி. சிவனைப்பற்றித் தெரியும்தானே. காம சொரூபனாக இருந்தாலும் காமாந்தகன். காமனை எரித்தவன். விஷம் தின்றவனும் கங்கையைச் சூடியவனும் அவனே. முதன்முதலாகக் காதலித்த பெண்ணை இழந்ததுதான் சிவதாண்டவத்திற்குக் காரணம். காதல் அழிந்ததென்றால் அனைத்தும் அழியும்.

பார்வதி காமாந்தகனையே காதலிக்கிறாள். அவள் தபஸ்வினி. காளி. தனது பலத்தில் பாதி மட்டுமே துறவியான அவனுக்கு இருக்கிறது என்று கருநீலத்தின் நாயகி கர்வம் கொள்வது வெறுமனேயன்று.

சிவன் சர்வபரித்தியாகி. எல்லாவற்றையும் துறப்பவர்களால் மட்டுமே காதலிக்க முடியும். அதனால்தான் துறவி நல்லதொரு காதலனாகிறான். காதலிப்பவர்கள் அனைத்தையும் இழந்துவிடுவார்கள். அவர்கள் எல்லாவற்றையும் இழக்கவும் செய்வார்கள். அந்த அளவுக்குக் குருட்டுத்தனம் அதில் இருக்கிறது. எழுத்தச்சன் சூர்ப்பணகையைக் காட்சிப்படுத்துவதைப் பாருங்கள். இராமனைப் பிரிவதற்கான சக்தி தனக்குப் போதாது என்றுதான் சூர்ப்பணகை சொல்கிறாள். சூர்ப்பணகையின் காதல் ஒழுக்கநெறிக்குப் பொருந்துவதாக இல்லை. அவள் காதலித்தது திருமணம் ஆன இரண்டு ஆண்களை. 'யாமினீசரி, காமரூபினி கண்டால் காமினி விமோகினி.' (இரவுப்பொழுதில் காட்டில் சஞ்சரிப்பவள். காமரூபம் கொண்டவள். பார்த்தால் காமத்தைத்

தோற்றுவிப்பவள். உணர்வுகளைத் தூண்டுபவள்.) இருட்டிலிருந்தே அவள் வருகிறாள். இருளில்தான் அவளுடைய போக்குவரவு.

அவள் காமத்தின் பலியாடு. 'மீனகேதன பாண பீடிதயாயாளேற்றம்' (காமதேவனின் பாணத்தால் காமநோயுற்றவள்) என்றே எழுத்தச்சன் சூர்ப்பணகையைத் தனித்துக்காட்டுகிறார். கருநீலத்தின் கதை நாயகி அப்படிப்பட்ட ஒரு நிலையில் இருக்கிறாள். சூர்ப்பணகையைப் போலவே, வலியால் துடிக்கவேண்டி வந்தாலும் அவளால் காதலின் விஷத்தைக் குடிக்காமல் இருக்க முடியாது. ஏனென்றால் இது பிறவிதோறும் தொடரும் உறவு. 'புறச்சட்டையை உரித்து எறிந்துவிட்டு நான் கடந்துவந்த பிறவிகள். ஊர்ந்துகொண்டிருந்தேன், ஒன்றிலிருந்து அடுத்ததற்கு. கள்ளி முட்களுக்கும் பாறைக்கட்டுகளுக்கும் மேலே. நனைந்த சருகுகளுக்கும் உதிர்ந்த மலர்களுக்கும் மேலே. ஒவ்வொரு பிறப்பு. ஒவ்வொன்றிலும் அவன். எப்போதும் அவனுக்கு ஒரே நிறம், கருநீலம்!'

ஒரு பிறவியில் இருந்து இன்னொரு பிறவிக்கான ஊர்தல் வேதனை நிறைந்தது. பிறவிகள் உதிர்வதன் வேதனை. படைப்புக்கான வலி அது. அது உடலின் தாகம்கூட. "உண்மையாகவே வலி இருந்தது. நெஞ்சிலும் அடிவயிற்றிலும். வலியல்ல. அதிதீவிரமான ஆசை. எனக்குக் கருத்தரிக்கவேண்டும். பெற்றுப்போட வேண்டும்." இது மிகவும் வெளிப்படையானது. நீட்ஷேயின் ஒரு மேற்கோளைக் கடன் வாங்கித்தான் நாம் கருநீலத்தைப் பற்றிச் சிந்திக்கத் தொடங்கினோம். அதற்கான காரணம் எது? முதலாவதாக, காதல் ஒரேசமயத்தில் கேலிக்குரியதாகவும் கொல்லக்கூடியதாகவும் இருக்கிறது. அது சிறிய அளவில் கிடைக்கக்கூடியதல்ல. எவ்வளவு கடினமாக இருந்தாலும் எவ்வளவு ஒழுக்கக்கேடாக இருந்தாலும் அனுபவ யதார்த்தத்தை நிராகரிக்கக்கூடாது என்று சொன்னவர் நீட்ஷே. பள்ளத்தாக்கைப் பார்த்துக்கொண்டு நிற்காமல் அதனுள் இறங்கவேண்டும் என்பதாக இருந்தது நீட்ஷேவின் அழைப்பு. அதனால் காதல் சாகசத்தின் சுவையை அறிவதற்கு இந்தக் கதையின் வாசிப்பு உதவும்.

இரண்டாவதாக, வரலாற்றில் அறியப்படுகின்ற பெண் எதிர்ப்பாளர்களில் ஒருவர் நீட்ஷே. 'பெண்ணுக்குரிய உண்மையான பணி பெற்றுப்போடுதலே' என்று அவர் திரும்பத் திரும்பச் சொல்லியிருக்கிறார். 'ஒவ்வொரு காதலியும் கருத்தரிக்கவே ஆசைப்பட்டுக் கொண்டிருக்கிறாள். வலிமையான

குழந்தைகளுக்கு வேண்டி. படைப்பாற்றலின் அடிப்படை அம்சம் உற்பத்தித்திறனுள்ள பாலுறவே' என்று நீட்ஷே நம்பியிருந்தார். பாலுறவு இன்பத்துக்கு எதிரான கிருத்தவத் திருச்சபையின் பார்வைக்கு மாறான கடும் விமர்சகராக நிலைகொண்டது அதனால்தான். மனித ஆசைகளை அடக்கி ஒடுக்குவது நோய்மையுற்ற, இற்றுப்போன கலாச்சாரத்தின் அடையாளம் என்று அவர் அறிவித்தார். வலி எதிர்காலத்திற்கு உத்தரவாதம் தருகிறது. வலி இல்லாமல் எதுவும் நடக்காதில்லையா.

வேதனையின், அவமானத்தின், நிரந்தரத் தனிமையின் சூழல்தான் தகிக்கும் காதலின் பலன். ஆனால், அது ஒருபோதும் முடியப்போவதில்லை. 'பிரிந்தாலும் என் ரத்தம் அவனது ரத்தத்துடன் கலந்துவிடத் தாகம்கொள்ளும்' என்பதே கதை நாயகியின் அறிவிப்பு. தெய்வத்தால் அவமதிக்கப்பட்ட உயிரன்றோ பாம்பு. அதனால்தான் அதற்கு இவ்வளவு துணிச்சல். கோபம். இணைசேர்கின்ற பாம்புகள் பயத்தைத் தோற்றுவிப்பது எதற்காக? சிறிதும் மென்மையற்ற, விஷத்தால் எரிகின்ற காமம் அது. நம்மைப்பொறுத்தவரை அது மரணச்செயல். கருநீலமாகின்ற இந்த அனுபவம் ஒவ்வொரு வாழ்க்கையிலும் ஒருமுறையாவது சம்பவிக்கக்கூடும். சிவனின் கழுத்தில் இருக்கும் கருநீல வடுப் போன்று அது ஒவ்வொரு மனிதனிலும் எஞ்சியிருக்கிறது. கடந்த காலத்தில் விழுங்கிய விஷத்தின் அடையாளம். சிவனின் கழுத்தில் அதுவொரு தடாகம்போன்று கிடந்தது என்றுதான் புராணத்தில் எழுதப்பட்டுள்ளது. ஒவ்வொரு முறை அதைப் பார்க்கும்போதும் அது காதல் தீண்டலின் வடுவாகத்தான் பார்வதிக்குத் தோன்றுகிறது. மலையாளக் கற்பனையில் உயிர் பறிக்கும் காதல் தீண்டலின் அப்படியானதொரு அடையாளம்தான் 'கருநீலம்'.

அஜய் பி. மங்ஙாட்